ഗ്രീൻ ബുക്സ്

കടൽ കാത്തിരിക്കുന്നു പുഴയെ

സ്റ്റാഴ്സൺ ജെ. കള്ളിക്കാടൻ

തൃശൂർ അതിരൂപത വൈദികൻ.
എഴുത്തുകാരൻ, പ്രഭാഷകൻ, ഗാനരചയിതാവ്
എന്നീ നിലകളിൽ പ്രശസ്തൻ.
ഒരു യാത്ര തുടങ്ങും മുമ്പേ, സ്വന്തമെന്ന് പറയാൻ,
ഹൃദയമർമ്മരം, കരയുന്ന കടലും
തിരയുന്ന തീരവും തുടങ്ങി 25 കൃതികൾ.
ഗിന്നസ് ബുക്കിൽ ഇടം നേടിയ ബോൺ നതാലെ
ഉൾപ്പെടെ അർപ്പണം, ദൈവപെതൽ എന്നീ
17 ഭക്തിഗാന സിഡികൾക്കുവേണ്ടിയും
ഗാനങ്ങളെഴുതിയിട്ടുണ്ട്.

നോവൽ

കടൽ കാത്തിരിക്കുന്നു പുഴയെ

സ്റ്റാഴ്സൺ ജെ. കള്ളിക്കാടൻ

ഗ്രീൻ ബുക്സ്

green books private limited
gb building, civil lane road, ayyanthole,
thrissur- 680 003, kerala, ph: +91 487-2381066, 2381039
website: www.greenbooksindia.com
e-mail: info@greenbooksindia.com

malayalam
kadal kathirikkunnu puzhaye
novel
by
starzon j. kallikkadan

first published august 2020

cover design : mansoor cheruppa
illustrations : sunil jose

branches:
thrissur 0487-2422515
thiruvananthapuram 0471-2335301
calicut 0495 4854662
ernakulam 8589095302

isbn : 978-93-89671-91-9

GBPL/1153/2020

സമർപ്പണം

കടലിലേക്ക് നയിക്കുന്ന
നീയെന്ന
സ്നേഹപ്പുഴയ്ക്ക്

ഉള്ളടക്കം

എന്റെ പ്രിയനോട്....

പ്രിയനേ,
ഈ കുറിപ്പുകളെല്ലാം എന്റെ പ്രാർത്ഥനകളാണ്.
നിന്നെ കണ്ടെത്താനുള്ള എന്റെ ആത്മാവിന്റെ പ്രാർത്ഥനകൾ.
നീ കാത്തിരുന്നിടങ്ങളിലെല്ലാം
ഞാനും വന്നിരുന്നു. എന്നിട്ടും,
അതു നീയാണെന്നറിയാതെയും
മനസ്സിലാക്കാതെയും പിന്നെയും പിന്നെയും
ഏറെ ദൂരം ഞാൻ അലഞ്ഞു.
കൃപയുടെ തീർത്ഥക്കുളങ്ങളിൽ നീയുണ്ടാകുമെന്ന്
കരുതി ഞാൻ സ്നാനം ചെയ്ത കുളങ്ങൾ
ഇപ്പോൾ വറ്റിത്തുടങ്ങിയിരിക്കുന്നു.
നീ ഉണ്ടാകുമെന്ന് കരുതി കയറിയ
ദേവാലയങ്ങളിലെ ബലിയർപ്പണങ്ങൾക്ക്
തിരശ്ശീല വീണിരിക്കുന്നു.
നീയാണെന്ന് കരുതി ചുംബിച്ചവരിൽ
ഒറ്റുകാരന്റെ ചുടുരക്തം മണക്കുന്നു.
നീ ഉറങ്ങുന്ന കല്ലറയിൽ ഇപ്പോൾ
നിന്റെ കച്ച മാത്രം അവശേഷിക്കുന്നു.
ഒരിക്കലെങ്കിലും നിന്റെ തിരുവിലാവിൽ

വിരൽ തൊടാൻ കൊതിച്ച ശ്ലീഹാ
ഇന്ന് എന്റെ ഉള്ളിലും പിടയുന്നുണ്ട്.
നിനക്കുവേണ്ടി ഞാൻ എല്ലാം ഉപേക്ഷിക്കാം.
സ്വന്തമെന്നു പറയാൻ ഇനി എനിക്കാരുമില്ല.
ഒന്നും നേടാനാവാതെ ആകാശം മാത്രം
ബാക്കിയായ അപ്പൂപ്പൻതാടി മാത്രമാണ് ഞാനിന്ന്.
കാറ്റ് വീശുന്നതിനനുസരിച്ച് ഞാനിപ്പോൾ
കരിയിലപോലെ പാറിപ്പറന്നു നടക്കുന്നു.
മിഴിപൂട്ടും മുൻപേ നിന്നെയൊന്ന് കാണാൻ
നിന്റെ മാറിൽ മയങ്ങാൻ കഴിഞ്ഞിരുന്നെങ്കിൽ
എന്ന പ്രാർത്ഥനയും മോഹവും നീ സഫലമാക്കണേ.

പ്രിയ വായനക്കാരാ....
നിനക്ക് കഴിയുമെങ്കിൽ നീ അവനിലേക്ക്
എന്നെ കൈപിടിച്ച് നടത്തുക.
ഒരുപക്ഷേ, നീ അവനെ കണ്ടെത്തിയിട്ടുണ്ടാകുമെന്ന്
ഞാൻ വിശ്വസിക്കുന്നു.
ആ വിശ്വാസവും പ്രത്യാശയുമാണ്
'കടൽ കാത്തിരിക്കുന്ന പുഴയുടെ' ജീവോർജ്ജം.
നമുക്ക് ഒരുമിച്ച് യാത്ര ചെയ്യാം.
നമ്മെ കാത്തിരിക്കുന്ന ആ കടലിലേക്ക്.

എസ്തേറിന്റെ പുസ്തകത്തിലെ
പ്രാർത്ഥന ഈ യാത്രയിൽ
വഴികാട്ടിയാകട്ടെ.

പ്രിയനേ,
എന്റെ പ്രാർത്ഥന കേൾക്കേണമേ.
അങ്ങയുടെ അവകാശിയായ എന്റെ മേൽ
കരുണയുണ്ടാകേണമേ.
എന്റെ വിലാപങ്ങളെ നീ
ആത്മീയ ഉത്സവമാക്കി മാറ്റേണമേ!
ഞാൻ അങ്ങേക്കായി ജീവിക്കുകയും,
സ്തുതിപാടുകയും ചെയ്യട്ടെ.
എന്റെ വിചാരങ്ങളേയും
എന്റെ അധരങ്ങളേയും
നീ നശിപ്പിക്കരുതേ (എസ്തേ 13/17).

സ്റ്റാഴ്സൺ ജെ. കള്ളിക്കാടൻ

അകതാരിലേക്ക് അകക്കണ്ണു തുറക്കുമ്പോൾ

ഷൗക്കത്ത്

നിങ്ങൾക്ക് ഒരു ശത്രു നിർബന്ധമാണെങ്കിൽ അത് നിങ്ങൾ തന്നെയായിരിക്കട്ടെ എന്നു പറഞ്ഞത് പ്രസിദ്ധ സൂഫിവര്യൻ ഫരീദുദ്ദീൻ അത്താറാണ്. ദൈവത്തിലേക്ക്, വെളിച്ചത്തിലേക്ക് യാത്ര തിരിക്കുന്നവർക്ക് അവരവരെ മിത്രമാക്കുന്നതോടൊപ്പം ശത്രുവാക്കിയും മാറ്റാതെ വഴിയില്ല. തെളിഞ്ഞു തെളിഞ്ഞു വരുന്തോറും തെളിയാനുള്ള ഇടങ്ങൾ ഏറെയുണ്ടെന്ന് നോവോടെ അനുഭവിക്കുന്ന ഹൃദയമാണ് ദൈവവഴിയിലായവരുടേത്. അതുകൊണ്ടുതന്നെയാണ് പശ്ചാത്താപത്തിന്റെ വിതുമ്പലുകൾ ഒരു സാധകനിൽനിന്ന് സദാ ഉയരുന്നത്. ആ ചുടുനിശ്വാസത്തിലാണ് എല്ലാ വിഷബീജങ്ങളും കരിഞ്ഞു പോകേണ്ടത്. ആ കണ്ണുനീരു തന്നെയാണ് ഏറ്റവും വലിയ പ്രാർത്ഥനയും.

ദൈവത്തിന് ഒരു തുറന്ന കത്ത് എന്ന പേരിൽ ഞാനൊരു പുസ്തകമെഴുതിയിട്ടുണ്ട്. അതിലെ ചില വരികളാണ് ഫാദർ സ്റ്റാഴ്സന്റെ 'കടൽ കാത്തിരിക്കുന്നു പുഴയെ' എന്ന പുസ്തകം വായിച്ചപ്പോൾ ഓർത്തത്. ആ പുസ്തകമെഴുതുമ്പോൾ ഞാനനുഭവിച്ചിരുന്ന മാനസികാവസ്ഥ തന്നെയായിരുന്നിരിക്കണം ഈ പുസ്തകമെഴുതുന്ന ഹൃദയവും അനുഭവിച്ചിരിക്കുകയെന്ന് എനിക്കു തോന്നി. ഇതായിരുന്നു ആ വരികൾ: 'ദാഹിച്ചുവലഞ്ഞ് മരുഭൂമിയിലൂടെ അലഞ്ഞു തിരിയുന്നവൻ തെളിനീർ തടാകം കണ്ടാൽ വെള്ളം കുടിക്കേണ്ടെന്നു വെയ്ക്കുമോ? കിഴക്കുനിന്നും ശാന്തമായുണർന്നു വരുന്ന സൂര്യനിലേക്കു സൂര്യകാന്തി തന്റെ ഹൃദയം തിരിക്കേണ്ടെന്നു കരുതുമോ? ആകാശത്തുനിന്നും മഴമേഘം അമൃതം വർഷിക്കുമ്പോൾ വേഴാമ്പൽ അതു കണ്ടില്ലെന്നു നടിച്ച് തിരിഞ്ഞു നടക്കുമോ? ഏതൊരു കുഞ്ഞിനാണ് അമ്മയുടെ സ്തന്യാമൃതം മൊത്തിക്കുടിക്കേണ്ടെന്നു തോന്നുക? മധു നിറഞ്ഞ പൂക്കളിലേക്ക് വണ്ടുകളെ ആരെങ്കിലും പ്രത്യേകം

ക്ഷണിക്കേണ്ടതുണ്ടോ? എന്നിട്ടും എന്തുകൊണ്ടാണ് നിന്റെ വാത്സല്യസാന്നിദ്ധ്യം ധാരമുറിയാതെ അനുഭവിക്കാൻ കഴിയാത്തത്? അതിരു കടന്ന കാമക്രോധലോഭമോഹാദികൾ നിന്നെ മറയ്ക്കുന്ന കാർമേഘങ്ങളാണെന്നറിഞ്ഞിട്ടും എന്റെ ദൈവമേ, എന്നിലെ ചന്ദ്രന് മേഘമൊഴിഞ്ഞ ആകാശത്ത് സ്വതന്ത്രമായി എന്തേ വിഹരിക്കാനാവുന്നില്ല?എന്റെ ഈ അന്തർലോകങ്ങളുടെ വികൃതികളിലേക്ക് അത്ഭുതത്തോടെ നോക്കിയിരിക്കാനേ ഇപ്പോൾ എനിക്കാവുന്നുള്ളൂ.

എന്റെ എല്ലാമായ ദൈവമേ, എന്തുകൊണ്ടാണ് എന്നിൽ വാതിലുകൾ തുറക്കപ്പെടാത്തത്? സത്യസന്ധമായ വിനയം ഉള്ളിൽ വന്നു നിറയാത്തത്? ആത്മാവിനെ ആത്മാവിനെക്കൊണ്ടു തന്നെ ഉദ്ധരിക്കണമെന്നും അതിന്റെ വിശുദ്ധിയിൽ വിഷം കലക്കരുതെന്നും മരിക്കുന്നതിനു മുമ്പേ നീ മരിക്കുക എന്നും നീ പറയുന്നു. അതിനായി നീലാകാശത്തിന്റെ തെളിമ ഹൃത്തിലാർജ്ജിക്കാനും നീ ഉപദേശിക്കുന്നു. പക്ഷേ, ഈ അഹന്തയുടെ ഭാരം, അതെനിക്കു താങ്ങാനാവുന്നില്ല. അഹന്തയുടെ ഭാരം അറിയുകയും അതു ഒഴിഞ്ഞുപോകാതെ ഉള്ളിൽ തങ്ങിനിൽക്കുകയും ചെയ്യുമ്പോൾ അറിയാതെ ദേഷ്യപ്പെട്ടു പോകുന്നു. സങ്കടപ്പെട്ടു പോകുന്നു. ക്ഷമ വേണമെന്നും ക്ഷമയുള്ളവനേ സ്വർഗ്ഗരാജ്യത്തേക്കുള്ള മാർഗ്ഗം സുഗമമാവുകയുള്ളൂ എന്നും നീ പറഞ്ഞതു മറന്നിട്ടല്ല ഇങ്ങനെയൊക്കെ പറയുന്നത്. ഇതെല്ലാം ആരോടെങ്കിലും ഒന്നു പറഞ്ഞു തീർക്കുമ്പോൾ ഒരു ആശ്വാസം. ഇത്തരം പുലമ്പലുകൾക്കു നീയല്ലാതെ ആരാണ് ഹൃദയം തുറന്നുവെച്ചു തരിക? നിനക്കു മാത്രമല്ലേ അതിനു കഴിയൂ?'

അതെ, അതേ അന്തഃസംഘർഷങ്ങളിലൂടെയാണ് എല്ലാ അന്വേഷണ ഹൃദയങ്ങളും സഞ്ചരിച്ചിട്ടുള്ളത്. കണ്ണുനീർപ്രവാഹത്തിലേ എന്നും ദൈവവെളിച്ചം തെളിഞ്ഞിട്ടുള്ളൂ എന്നു പറയുന്നത് എത്ര സത്യമാണെന്ന് ആ വഴിയിലൂടെ സഞ്ചരിക്കുമ്പോഴാണ് നമുക്ക് തെളിയുക. ആ തെളിച്ചം പകരുന്ന ഒരു പുസ്തകമാണ് 'കടൽ കാത്തിരിക്കുന്നു പുഴയെ'.

അറിവ് ആദ്യം അവരവരുടെ ഹൃദയത്തെ വിമലീകരിക്കട്ടെ എന്ന് ഗുരു പറഞ്ഞപ്പോൾ അതു കഴിഞ്ഞോ എന്നു ശിഷ്യർ ചോദിച്ചു. അപ്പോഴും അവർ പറഞ്ഞത് വീണ്ടും അത് നിന്നെ തന്നെ ശുദ്ധീകരിക്കട്ടെ എന്നാണ്. ഫാദർ സ്റ്റാഴ്സന്റെ 'കടൽ കാത്തിരിക്കുന്നു പുഴയെ' എന്ന പുസ്തകത്തിലൂടെ വായിച്ചു പോയപ്പോൾ അനുഭവമായത് ആ ശുദ്ധിയാണ്. അത് നേരെ പ്രവേശിച്ചത് ബുദ്ധിയിലേക്കല്ല; മറിച്ച് ഹൃദയത്തിലേക്കാണ്.

അത് അടക്കം പറഞ്ഞത് മറ്റൊന്നുമല്ല. കുഞ്ഞിന്റെ നിഷ്കളങ്കത യിലേക്കുള്ള വഴികൾ മാത്രമാണ്. അവിടെ മാത്രമേ ശാന്തി യുടെ പ്രവാഹമുള്ളൂ എന്ന് ഈ പുസ്തകം നമ്മെ അനുഭവിപ്പി ക്കുന്നുണ്ട്. ജീവിതത്തിലേക്ക് കുറുക്കുവഴികളില്ലെന്ന് ഉറക്കെ വിളിച്ചു പറയുന്നുണ്ട്.

നീ നിന്റെ മഹത്ത്വത്തെ അധികം വാഴ്ത്തേണ്ടതില്ല. എങ്കിലോ, ഇനിയും വെളിച്ചം കയറിയിട്ടില്ലാത്ത മുറികളെ അടിച്ചു വൃത്തിയാക്കുക എന്ന ഉൾവിളി തന്നെയാകണം നമ്മെ നയി ക്കേണ്ടത്. ധാരമുറിയാതെ തുടരേണ്ട അന്തർദാഹമാണത്. ആ ഉൾത്തള്ളൽ എന്നു നിലയ്ക്കുന്നുവോ അന്നു നാം മരിച്ചു വെന്നു പറയാം. എപ്പോഴും നമ്മെ സജീവമാക്കി നിറുത്തുന്നത് ആ വിതുമ്പൽ തന്നെയാണ്.

കാവ്യാത്മകമായ ഭാഷ. ഹൃദയാലുത്വം നിറഞ്ഞ അവത രണം. അതിശയോക്തിയുടെ ആടയാഭരണങ്ങളില്ല. എങ്കിലോ സാധാരണത്വത്തിന്റെ സൗന്ദര്യമുണ്ട്. നീട്ടിവലിച്ച് പറയുന്നില്ല. കൃത്യമായ അളവിൽ ഹൃദ്യമായി പറഞ്ഞു പോകുന്നുണ്ട് ഓരോ വാക്കുകളും. ഓരോ അധ്യായം വായിച്ചു കഴിയുമ്പോഴും കുറച്ചു നേരം വെറുതെ കണ്ണടച്ചിരുന്ന് ധ്യാനിക്കാൻ തോന്നും.

അതുകൊണ്ടു തന്നെയാകാം ഇത്തരം എഴുത്തുകളോട് അത്ര മാത്രം പ്രിയമായിരിക്കുന്നത്. സൂര്യരശ്മി തടവുന്ന മഞ്ഞു ത്തുള്ളിയിൽ സപ്തവർണ്ണങ്ങൾ പുഞ്ചിരിക്കുന്നതുപോലുള്ള ഒരു കുളിരും സൗന്ദര്യവും ഈ വരികൾക്കിടയിലൂടെ പറയുന്ന സ്നേഹത്തിനുണ്ട്. ഒപ്പം നോവാർന്ന വിതുമ്പലും. ആ സ്നേ ഹത്തിലും നോവിലും തന്നെയാണ് സ്വാതന്ത്ര്യത്തിലേക്കുള്ള വഴികളായ വഴികളെല്ലാം രൂഢമൂലമായിരിക്കുന്നത്. തെളിമ യാർന്ന ആ വഴിയിലൂടെ സഞ്ചരിക്കാൻ ഈ സ്നേഹാർദ്രമായ വിതുമ്പുകൾ നമുക്ക് വഴിവിളക്കാകട്ടെ എന്ന പ്രാർത്ഥന യോടെ.....

■

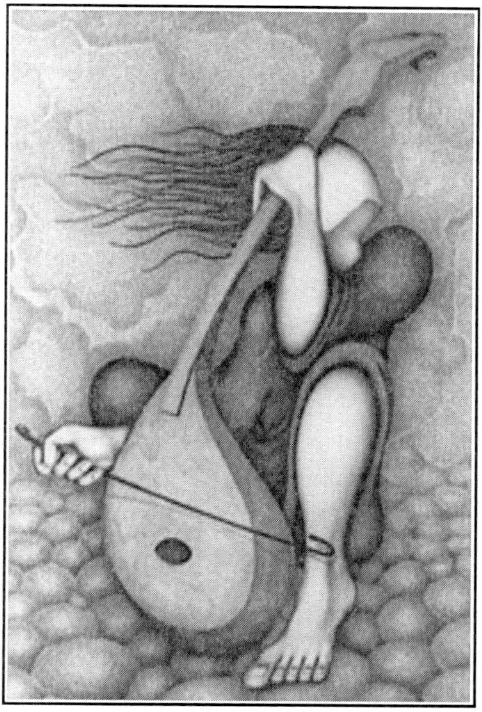

കടൽ കാത്തിരിക്കുന്നു
പുഴയെ

Sunil Jose
Sunil Jose

ഞാൻ നിന്നെ കാണുന്നു, നീ എന്നെയും

പ്രിയനേ, എനിക്ക് നിന്നോടുള്ള പ്രണയം ആരംഭിച്ചത് അന്ന് നീയാ സിനഗോഗിൽ മറ്റുള്ളവരോട് സംസാരിച്ചുകൊണ്ടു നിൽക്കുമ്പോഴാണ്. ആ സിനഗോഗിൽ പല കാര്യങ്ങൾക്കായി ഞാൻ പോയിട്ടുണ്ട്. പലരും അവിടെ നിന്ന് സംസാരിക്കുന്നത് കേട്ടിട്ടുണ്ട്. പക്ഷേ, അവർക്കൊന്നുമില്ലാത്ത എന്തോ ചില പ്രത്യേകതകൾ നിനക്കുള്ളതായി ആദ്യകാഴ്ചയിൽ തന്നെ എനിക്ക് മനസ്സിലായിരുന്നു. നിന്റെ വാക്കുകൾ കേൾക്കാൻ ഇമ്പമുള്ളതായിരുന്നു. നിന്റെ സ്വരം മാധുര്യമുള്ളതും.

ആരെയും ആകർഷിക്കാൻ കഴിവുള്ള നിന്റെ മിഴികളിൽ നോക്കിയിരുന്നപ്പോൾ എന്റെ കാഴ്ചകളെല്ലാം തെളിയുന്ന പ്രതീതിയായിരുന്നു. നിന്റെ സംസാരത്തേക്കാൾ അധികം എനിക്ക് ഇഷ്ടപ്പെട്ടത് ആ അർത്ഥഗർഭമായ മൗനമായിരുന്നു. ഒടുവിൽ നീ എല്ലാവർക്കുമായി ഒരു ചെറുപുഞ്ചിരി സമ്മാനിച്ച് സിനഗോഗിൽനിന്നും പടിയിറങ്ങിയപ്പോൾ മുതൽ ഞാൻ നിന്റെ ആരൊക്കെയോ ആകുകയായിരുന്നു. നിന്നോട് മിണ്ടാനും നിന്നെ ഒന്നു തൊടാനും എന്റെയുള്ളം കൊതിച്ചത് അന്നു മുതലാണ്. നീ അന്ന് എന്നെ കണ്ടുവോ എന്നറിയില്ല. കണ്ടുകാണുമല്ലേ? കാണാതിരുന്നത് ഞാനല്ലേ? നീ കടന്നുപോയത് എന്റെ മുമ്പിലൂടെയായിരുന്നു. ഞാൻ ഒന്ന് ശബ്ദമുണ്ടാക്കിയിരുന്നെങ്കിൽ നീ തിരിഞ്ഞുനോക്കുമായിരുന്നു. ആ സിനഗോഗിൽ എല്ലാവരും നിന്നെ മഹത്ത്വപ്പെടുത്തുമ്പോൾ ഞാൻ മാത്രം നിശ്ശബ്ദനായി... ഏകാകിയായി...

മലമുകളിലെ കൂടിക്കാഴ്ച

നീ അന്ന് ആ ജനക്കൂട്ടത്തെ നോക്കുമ്പോൾ ആ കൂട്ടത്തിൽ ഞാനുമുണ്ടായിരുന്നു. നീ പറയുന്നത് ഒരിക്കലല്ലേ ഞാൻ കേട്ടിട്ടുള്ളൂ. ഇനി എന്താണ് നീ പറയുന്നതെന്നറിയാനാണ് ആ ജനക്കൂട്ടത്തോടൊപ്പം ഞാൻ ആ മലമുകളിലേക്ക് കയറിയത്. സത്യം പറഞ്ഞാൽ ആ മല കയറാൻ എനിക്കിഷ്ടമല്ലായിരുന്നു. മല കയറാൻ ഇഷ്ടമല്ല എന്ന് പറയുന്നതിനേക്കാൾ എളുപ്പം, അധ്വാനിക്കാൻ ഇഷ്ടമല്ല എന്ന് പറയുന്നതാണ് കൂടുതൽ ശരി. പക്ഷേ നീ ഒന്ന് കിതയ്ക്കുക പോലും ചെയ്യാതെ ആ മലമുകളിലേക്ക് നിഷ്പാദുകനായി, തീക്ഷ്ണതയോടെ കയറിയതു കണ്ടപ്പോഴാണ് എനിക്കും ഒരാവേശം ഉണ്ടായത്.

ഒരിക്കൽ കേട്ട നിന്റെ സ്വരം ഇപ്പോൾ ഈ മലമുകളിൽ ഇടിനാദം പോലെ മുഴങ്ങുന്നു. സിനഗോഗിൽ ഞാൻ കേട്ട മൊഴികളല്ല നീ അവിടെ പറഞ്ഞത്. പുതുമയെന്താണെന്നറിഞ്ഞത് ഞാൻ നിന്റെ നാവിൽ നിന്നുമാണ്. ആ മല മുകളിൽവെച്ച് നീ പറഞ്ഞ വാക്കുകളിലെല്ലാം എന്നെ സ്പർശിക്കാത്തതായി ഒന്നുമുണ്ടായിരുന്നില്ല.

മുത്തശ്ശി പേരമക്കൾക്ക് സാരോപദേശങ്ങൾ പറഞ്ഞുകൊടുക്കുന്നതു പോലെ നീ പങ്കുവച്ച ഓരോ മൊഴികളിലും ആത്മാവിന്റെ ചലനങ്ങൾ നിറഞ്ഞു നിന്നിരുന്നു. നന്മയിലേക്കുള്ള നിന്റെ ചായ്വുകൾ എത്രയോ വലുതാണെന്ന് ഞാനറിഞ്ഞത് അന്നാണ്.

'ആത്മാവിൽ ദരിദ്രരായവരെ നിങ്ങൾ ഭാഗ്യവാന്മാർ' എന്ന് നീ മൊഴിയുമ്പോൾ ആ വാക്കുകൾ എന്റെ നെഞ്ചിലാണ് ചെന്നെത്തിയത്. എന്റെ ആത്മാവേത് എന്നുപോലും തിരിച്ചറിയാതിരുന്ന എനിക്ക് ആ മല മുകളിൽ വെച്ച് നീ തിരിച്ചറിവിന്റെ നീതിസൂര്യനാവുകയായിരുന്നു. ആനന്ദവും ആശ്വാസവും ദൂരെയുള്ള സമസ്യയാണെന്ന എന്റെ ധാരണകളെ തിരുത്തിയത് നീയാണ്. ഉള്ളിൽ നിറഞ്ഞിരുന്ന, ആരോടും ചോദിക്കാൻ പറ്റാതിരുന്ന, എന്റെ എല്ലാ ചോദ്യങ്ങൾക്കും ഉത്തരം കിട്ടിയത് നിന്നിലൂടെയായിരുന്നു.

നേരം വൈകി... ഇരുട്ടായി... നമുക്ക് മടങ്ങാം എന്ന് നീ നിന്റെ സ്നേഹിതരോട് പറഞ്ഞ് മലയിറങ്ങുമ്പോൾ എന്റെ ഉള്ളിലെ ഇരുട്ട് അകലുകയായിരുന്നു.

ഇനി എത്ര വൈകിയാലും ആ വൈകലൊന്നും പാഴാവില്ലെന്ന് തിരിച്ചറിഞ്ഞത് ആ മലമുകളിൽ വെച്ച് നിന്നെ കണ്ടുമുട്ടിയപ്പോഴാണ്. കണ്ടുമുട്ടി എന്നു പറയാറായിട്ടില്ല ഇപ്പോഴും. കാരണം നിന്നോടൊപ്പം ഞാൻ തിരിച്ച് മലയിറങ്ങിയില്ല. എല്ലാവരും നിന്നോടൊപ്പം സഞ്ചരിച്ചപ്പോഴും ഞാൻ ആകാശനക്ഷത്രങ്ങളെ സാക്ഷിയാക്കി ആ മലയിൽത്തന്നെ കിടന്ന് ഏറെ മയങ്ങി. ഉറക്കം തെളിഞ്ഞപ്പോഴും നിലാവ് മങ്ങിയിരുന്നില്ല. ആകാശത്തിലെ നക്ഷത്രങ്ങൾ അപ്പോൾ എന്റെ നെഞ്ചിലും മിന്നിത്തെളിയുന്നത് ഞാനറിഞ്ഞു. ഇരുളിന്റെ നിശ്ശബ്ദതയിൽ മിന്നാമിനുങ്ങുകൾ എന്നെ നോക്കി ചിരിക്കുന്നുണ്ടായിരുന്നു.

ആ രാമഴയിൽ അവനൊത്ത്

മഴ നനയാൻ എന്നെപ്പോലെത്തന്നെ നിനക്കും ഇഷ്ടമാണെന്ന് തോന്നുന്നു. ഒരു രാത്രിയിൽ മഴയിൽ നനഞ്ഞ് ഞാൻ നടന്നുവരുമ്പോൾ നീ മഴയോട് സംസാരിക്കുന്നത് ഒളിഞ്ഞു നിന്നു ഞാനും കേട്ടു. മഴ നിന്നെ സ്നാനപ്പെടുത്തുകയായിരുന്നോ അതോ നീ മഴയെ സ്നാനപ്പെടുത്തുകയായിരുന്നോ എന്നറിയാൻ ഞാനും ഏറെ കൊതിച്ചു. മഴയുടെ ശ്രുതി കേട്ടു പാടുന്ന വേഴാമ്പലിനെ പോലെ ആ മഴ തീരുവോളം നീ പറഞ്ഞത് സ്നേഹമെന്ന നിത്യസൗന്ദര്യത്തെക്കുറിച്ചായായിരുന്നു.

എല്ലാവരേയും സ്നേഹിക്കണമെന്ന് നീ പറയുന്നത് കേൾക്കുമ്പോൾ എന്നിൽ തീമഴ പെയ്യുകയായിരുന്നു. കാരണം ആരെയും സ്നേഹിക്കാൻ കഴിയാത്തതിന്റെ വിങ്ങൽ എന്നിൽ ആ മഴയിലും നിറഞ്ഞു നിന്നിരുന്നു. നീ സ്നേഹത്തെക്കുറിച്ച് വാചാലനാകുമ്പോൾ എന്റെ മിഴികൾ മഴയ്ക്കൊപ്പം നീരാടുകയായിരുന്നു.

സ്നേഹം വാക്കുകൾ കൊണ്ട് അഭിനയിച്ച് ഉള്ളിൽ ശത്രുതയുടെ കനൽക്കൊട്ടാരം പണിയുന്ന എനിക്ക് നിന്നെ പ്രണയിക്കാനാവില്ലെന്ന് തിരിച്ചറിഞ്ഞത് അന്നാണ്.

നീ സ്നേഹത്തിന്റെ ഞാറ്റുവേലയെക്കുറിച്ച് കവിത ചൊല്ലുമ്പോൾ എന്റെ സ്നേഹപ്രകടനങ്ങളുടെ പൊള്ളത്തരങ്ങൾ എന്നെതന്നെ ഭയപ്പെടുത്തുന്നുണ്ടായിരുന്നു.

സ്നേഹം നടിച്ച് ശരീരങ്ങളെ തേടിപ്പോയ രാത്രിസഞ്ചാരിയുടെ ഉന്മാദം ഇപ്പോഴും എന്നെ വേട്ടയാടുന്നു. സ്നേഹിക്കുന്നവരെ അടിമയാക്കുന്ന എന്റെ സ്വഭാവ വൈകല്യങ്ങളിലേക്കാണ് നീ അന്ന് ഇടിമിന്നൽ പോലെ പെയ്തിറങ്ങിയത്. എന്നെ മുറിപ്പെടുത്തിയവരെയല്ല എന്നെ സ്നേഹിച്ചവരെയാണ് ഞാൻ ചതിച്ചിട്ടുള്ളത്. സ്നേഹത്തിന്റെ പേരു പറഞ്ഞ് ഞാൻ കാണിച്ചുകൂട്ടിയ കന്നത്തരങ്ങൾക്ക് ആര് മാപ്പു നൽകുമെന്നറിയില്ല. ഞാൻ വെറുക്കുന്നവരുടെ മുഖം എന്നിൽ ഇപ്പോൾ മിന്നിമറയുന്നു. അവരുടെ പുഞ്ചിരിയിൽ വിഷം കലർത്തിയ എന്റെ

മനസ്സാക്ഷിയുടെ കോടതി മുറിയിൽ എന്റെ തൂക്കുകയർ ഞാൻ തന്നെ മെനയുന്നു.

ഇനി വിലാപങ്ങളുടെ ദുർദിനങ്ങളാണെന്ന് മനസ്സു പറയുന്നു. വെറുപ്പിന്റെയും വിദ്വേഷത്തിന്റെയും നൂൽപ്പാലങ്ങളിൽ ഞാൻ ആടി ഉലയുന്നു. ആത്മനിന്ദയുടെ കനലുകൾ ആ കനത്ത മഴയിലും എന്നിൽ ആളിക്കത്തുന്നുണ്ടായിരുന്നു. അപ്പോൾ മഴ പെയ്ത് തോരുകയായിരുന്നു. മഴയുടെ ഒച്ച നിലച്ചപ്പോൾ നിന്റെ മൊഴികൾ എനിക്ക് വ്യക്തമായി കേൾക്കാമായിരുന്നു.

"ശത്രുക്കളെ സ്നേഹിക്കുവിൻ. നിങ്ങളെ പീഡിപ്പിക്കുന്നവർക്ക് വേണ്ടി പ്രാർത്ഥിക്കുവിൻ. അങ്ങനെ നിങ്ങൾ നിങ്ങളുടെ സ്വർഗ്ഗസ്ഥനായ പിതാവിന്റെ മക്കളായിത്തീരും" (മത്തായി: 5/45).

അകലങ്ങളിൽനിന്നു കേട്ട സ്വരം ഇപ്പോൾ അടുത്തെത്തിയിരിക്കുന്നു. ഞാൻ സ്വപ്നം കാണുകയാണോ എന്നറിയില്ല. ഒലീവു പൂക്കുന്നതിന്റെ ഗന്ധം ഞാനറിയുന്നു. എന്റെ മഴയിലെ നിലവിളി നീ കേട്ടതാണോ എന്നറിയില്ല. നീ എന്റെ കണ്ണീരിന്റെ മാനത്ത് മഴവില്ല് തീർക്കുന്നു. ശത്രുതയുടെ പ്രഹരമേറ്റ് ചതഞ്ഞരഞ്ഞ എന്റെ ഉടലിൽ നീ സ്നേഹത്തിന്റെ തൈലം പുരട്ടുന്നു. നിന്റെ ചുണ്ടുകൾ എന്റെ ശബ്ദത്തെ നിശ്ശബ്ദമാക്കുന്നു. ഇപ്പോൾ ഞാനും നീയും മാത്രമാകുന്നു.

വിതുമ്പുന്ന എന്നോട്, നീ പറഞ്ഞു:

എല്ലാം കഴിയുകയാണ്.

നമ്മൾ സ്വതന്ത്രരാവുന്നു.

ശത്രുവിന്റെ മരണം നീ ആഗ്രഹിക്കാതിരിക്കുക.

ജീവിതമെന്ന സത്യത്തിലേക്ക് നടന്നടുക്കുക.

എല്ലാം തിരുത്തപ്പെടുന്ന സമയമാണിത്...

പുതുമഴ നനയുമ്പോൾ ഭൂമി പുതുവിത്തുകൾക്ക് ജന്മം നൽകും പോലെ നിന്നിൽ സ്നേഹത്തിന്റെ തുളസീഗന്ധം നിറയട്ടെ. നിന്റെ വാക്കുകൾ ആകാശമേഘങ്ങളിൽ തട്ടി പ്രതിധ്വനിക്കുന്നുണ്ടായിരുന്നു.

Sunil Jose

സിക്കമൂർ മരത്തിലല്ല ഹൃദയത്തിലാണ് ഇടം കണ്ടെത്തേണ്ടത്

ഒരാൾക്കൂട്ടം കണ്ടാണ് ഞാൻ അങ്ങോട്ട് ഓടിച്ചെന്നത്. അവർ ആരെയോ കാത്തുനിൽക്കുകയാണെന്ന് എനിക്ക് മനസ്സിലായത് അപ്പോഴാണ്. നിങ്ങൾ ആരെയാണ് കാത്തുനിൽക്കുന്നത് എന്ന എന്റെ ചോദ്യത്തെ അവർ ശ്രദ്ധിച്ചതേയില്ല. അവരെ പറഞ്ഞിട്ടു കാര്യമില്ല. എന്റെ ചോദ്യങ്ങൾക്ക് ആരും വില കൊടുക്കാറില്ല. അത്തരം ചോദ്യങ്ങളാണ് ഞാൻ ബാല്യം മുതൽ ചോദിച്ചിരുന്നത്. അവരിൽ ആരോ അവനു വേണ്ടി കാത്തിരിപ്പിന്റെ ദൂത് പാടുന്നുണ്ടായിരുന്നു.

ഒന്നു കാണാൻ
ഒന്നു തൊടാൻ
നിന്റെ സ്വപ്നങ്ങളിൽ
നോവായി കയറാൻ
നിൻ പുഞ്ചിരിയിൽ
സൗഖ്യം നുകരാൻ
കൊതിച്ചു ഞങ്ങൾ
കാലുകളിൽ വേരിറങ്ങുവോളം
കാത്തിരിക്കുന്നു.

അവരുടെ പാട്ടിന് ഒരു യഹൂദഗാനത്തിന്റെ ഗന്ധമുണ്ടായിരുന്നു. അപ്പോഴാണ് ആരും കാണാതിരിക്കാൻ ഒരുവൻ പതുങ്ങി ഒരല്പം ഇടം തേടി വരുന്നത് കണ്ടത്. അവനെ കണ്ടപ്പോൾ പലരും പലതും പറയാൻ തുടങ്ങി. സക്കേവൂസെന്നാണവന്റെ പേര്. മറ്റുള്ളവരെ പറ്റിച്ച് ജീവിക്കുന്ന ഇവന് ഇവിടെ എന്തു കാര്യം എന്ന് അവർ പരസ്പരം ചോദിക്കുന്നുണ്ടായിരുന്നു. അവന്റെ വരവ് അവർക്ക് തീരെ ഇഷ്ടപ്പെട്ടില്ല എന്ന് അവരുടെ ഓരോരുത്തരുടേയും മുഖത്ത് വിളിച്ചുപറയുന്നുണ്ട്.

അവരുടെ ഹൃദയത്തിൽ അവന് ഇടമില്ലെന്നറിഞ്ഞതുകൊണ്ടാവും ആ മരത്തിന്റെ ഉയർന്ന ചില്ലകളിലേക്ക് അവൻ ആഞ്ഞുകയറി

തനിച്ചിരുന്നത്. എല്ലാവരാലും വെറുക്കപ്പെട്ടാൽ പിന്നെ ജീവിതം വല്ലാതെ അസ്വസ്ഥമാവാൻ തുടങ്ങും. അത് സക്കേവൂസിന് മാത്രമല്ല എനിക്കും മനസ്സിലായിട്ടുണ്ട്. ദിക്കറിയാതെ, ശൂന്യനായി നിന്നതൊക്കെയും ആൾക്കൂട്ടത്തിൽ വെച്ചാണ്. തിരക്കിൽ തനിച്ചായത് ഇപ്പോൾ സക്കേവൂസ് മാത്രമല്ല ഞാനുമാണ്. ഇപ്പോൾ സക്കേവൂസിന് മാത്രമല്ല ഹൃദയത്തിൽ ഇടം കിട്ടാത്തത്. ഒറ്റമരീചികയായ എനിക്കും അതേ ഗതികേടാണ്.

അറിഞ്ഞുകൊണ്ടാണോ സക്കേവൂസേ നീ അവരെയെല്ലാം പറ്റിച്ചതെന്ന് ചോദിക്കാൻ ഞാനും ആരും കാണാതെ ആ സിക്കമൂറിന്റെ ഇലകൾക്കിടയിലേക്ക് കയറിക്കൂടി. ഇലകൾക്ക് പച്ചപ്പുണ്ടെങ്കിലും ഉള്ളിലെ കാതലെല്ലാം വാടിയ അവസ്ഥയാണെനിക്ക്. അപരനെ പറ്റിച്ചവർക്ക് ഒളിച്ചോട്ടം അനിവാര്യം തന്നെ. അതുകൊണ്ട് മരത്തിന്റെ മുകളിലെത്തിയപ്പോൾ ചോദിക്കാൻ വിചാരിച്ചതൊക്കെ മറന്നു. ഇപ്പോൾ നീയെന്ന ഒറ്റമരത്തിൽനിന്നും നമ്മളെന്ന പണിതീരാത്ത വീട്ടിലേക്ക് ചേക്കേറിയതുപോലെ ഞാനും സക്കേവൂസും മരത്തിൽ ഇടം കണ്ടെത്തിയിരിക്കുന്നു. എല്ലാവരാലും തിരസ്ക്കരിക്കപ്പെട്ട എനിക്ക് ഒരു തിരിച്ചിറക്കം സാധ്യമായിരുന്നില്ല. ഈ മരത്തിൽനിന്നും ചാടിച്ചത്താൽ മതിയെന്ന് നിനച്ചിരിക്കെയാണ് മറിയത്തിന്റെ പുത്രൻ, പുഴ പോലെ ആ വഴിയിലൂടെ കടന്നുവരുന്നത്. കണ്ടുനിന്നവരെല്ലാം ആഹ്ലാദാരവം മുഴക്കുമ്പോൾ എന്റെയുള്ളിൽ തോൽവിയുടെ കരിനിഴലേ ബാക്കിയുണ്ടായിരുന്നുള്ളൂ. എല്ലാവരും പൂ വിതറി അവനെ എതിരേൽക്കുമ്പോൾ എന്റെ മിഴികൾ അപമാനഭാരത്താൽ നിറഞ്ഞൊഴുകുന്നുണ്ടായിരുന്നു. അപ്പോഴാണ് പെട്ടെന്നൊരു വിളി കേട്ടത്.

സക്കേവൂസ്... നീ മരത്തിൽ ഒളിക്കാനുള്ളവനല്ല എന്റെ ഹൃദയത്തിൽ നിനക്ക് ഇടമുണ്ട്. ഇന്ന് അത്താഴം നിന്നോടൊപ്പമാണെന്ന് അവൻ പറഞ്ഞു മുഴുവിപ്പിക്കും മുൻപേ സക്കേവൂസ് മരത്തിലൊളിച്ചിരിക്കുന്ന എന്നോട് യാത്രപോലും പറയാതെ വേഗത്തിൽ ചാടി ഇറങ്ങിപ്പോയി. ഇറങ്ങുന്ന ആ സക്കേവൂസിന് ദൈവശിഖരം തൊട്ട മനുഷ്യന്റെ ചലനങ്ങളായിരുന്നു. എനിക്ക് തല ചുറ്റുന്നതുപോലെ തോന്നി. മരത്തിൽ തലവെച്ച് ഇടം കിട്ടാത്ത മനുഷ്യാത്മാവിന്റെ സങ്കടം ആകാശങ്ങളെ അറിയിച്ച് ഞാനും ഉറങ്ങി. ആ ഉറക്കത്തിൽ ആരോ മാലാഖയായി വരുന്നുണ്ടായിരുന്നു. ആ മാലാഖ എന്നെ ഉണർവ്വിലേക്ക് വിളിക്കുന്നുണ്ടായിരുന്നു. പിന്നെ എനിക്ക് ഉറങ്ങാൻ കഴിഞ്ഞില്ല. എങ്കിലും ഉള്ളിൽ ഒരു സങ്കടം ബാക്കിയായി... സക്കേവൂസിനോട് ഇറങ്ങി വരാൻ പറഞ്ഞവന് എന്നോടും അങ്ങനെയൊന്ന് പറയാമായിരുന്നില്ലേ? അവൻ വിളിച്ചാൽ ഞാനും ഇറങ്ങി അവനൊപ്പം പോകുമായിരുന്നില്ലേ?

ആകുലതകളോട് വിടപറഞ്ഞവൻ

ആകുലതകളുടെ വളപ്പൊട്ടുകളാണ് കൈയിൽ നിറയെ. ഉത്കണ്ഠകളുടെ ഭാണ്ഡക്കെട്ടുകൾ ഹൃദയഭിത്തികളിലും. നെഞ്ചിൽ പൊടിയുന്ന തേങ്ങലുകൾക്കെല്ലാം കറുത്ത കാലത്തിന്റെ നോവുകളുടെ മണമുണ്ട്. ചിതറിത്തെറിച്ച സ്വപ്നങ്ങളുടെ കാവൽക്കാരനാണ് ഞാൻ.

എന്റെ രാത്രികൾക്ക് ചങ്ങലക്കിലുക്കത്തിന്റെ മുഴക്കമുണ്ട്. നഷ്ടങ്ങളുടെ കുലംകുത്തിയൊഴുകുന്ന പകലുകളിൽ ഞാൻ പകച്ചു നിൽക്കുന്ന കുട്ടിയാണ്. മരണത്തിലേക്കോ ജീവിതത്തിലേക്കോ എന്ന് നിശ്ചയമില്ലാതെ മഞ്ഞുകൊള്ളുന്ന മരമാണ് ഞാനിന്ന്. എഴുതിത്തീരാത്ത സങ്കടങ്ങൾ തലയ്ക്കു പിടിച്ചപ്പോഴാണ് ആരോ കുത്തിക്കുറിച്ച വരികൾ ശ്രദ്ധയിൽപ്പെട്ടത്. ആ വരികളിലെല്ലാം ഞാൻ തിരയുന്നവന്റെ സുഗന്ധമുണ്ടായിരുന്നു. എന്റെ ഉത്ക്കണ്ഠകൾക്കുമേൽ അവൻ കൈമാറിയ ഹംസദൂതുപോലെ ആ വരികൾ ആർത്തിയോടെ ഞാൻ വായിക്കാൻ തുടങ്ങി. വായിച്ചുകൊണ്ടിരിക്കുമ്പോൾ തന്നെ ഞാൻ മറ്റേതോ ദേശത്തേക്ക് വിരുന്നു പോയി.

അവിടെ ആകുലതകളുടെ ഭാരമില്ല. ഉത്ക്കണ്ഠകളുടെ ഉള്ളറിവുകളില്ല. എല്ലാം ശാന്തമയം. പിന്നീട് ആ മായാലോകത്ത് നിന്ന് തിരിച്ചിറങ്ങുമ്പോൾ കേട്ടുപഴകിയ ഒരു ഗാനം ഞാനും മൂളുന്നുണ്ടായിരുന്നു.

എന്തു ഭക്ഷിക്കും എന്തു പാനം ചെയ്യും
എന്നോർത്തിനി
ഞാൻ ആകുലപ്പെടുകയില്ല.
ഭക്ഷണത്തേക്കാൾ ജീവനും
വസ്ത്രത്തേക്കാൾ ശരീരവും ശ്രേഷ്ഠമല്ലേ.

അവൻ വ്യത്യസ്തനായിരുന്നു

വ്യത്യസ്തതകൾ കൊണ്ട് കഥ പറയുന്നവനാണ് നീയെന്ന് ഞാനറിഞ്ഞത്, അന്ന് ആ കുഷ്ഠരോഗിയെ നീ തൊട്ടപ്പോഴാണ്. സമൂഹത്തിൽ ഒരുപക്ഷേ ഏറ്റവും നികൃഷ്ടരായി കരുതുന്നവർ കുഷ്ഠരോഗികളാവാനാണ് സാധ്യത. കാണുമ്പോൾ തന്നെ അറപ്പും വെറുപ്പും മാത്രം തോന്നിപ്പിക്കുന്ന ഒരു കുഷ്ഠരോഗിയാവരുതേ എന്ന് ഒരിക്കലല്ല പല തവണ ഞാൻ പ്രാർത്ഥിച്ചിട്ടുണ്ട്.

ഒരു കുഷ്ഠരോഗിയുടെ സാന്നിധ്യം പോലും ഇഷ്ടപ്പെടാത്തതുകൊണ്ടാണ് അവരുടെ കൈയിൽ നമ്മൾ ഒരു മണികെട്ടി കൊടുത്തിരുന്നത്. ആ മണിയൊച്ചയുടെ സ്വരം കേൾക്കുമ്പോൾ കുഷ്ഠരോഗി വരുന്നുണ്ടെന്നറിഞ്ഞ് മറ്റെവിടെക്കെങ്കിലും നീങ്ങി നിൽക്കാൻവേണ്ടി സമൂഹം തന്നെയാണ് ആ മണി അവർക്ക് ഭരമേൽപ്പിച്ചത്. അനാചാരങ്ങളുടെ ഈറ്റില്ലങ്ങളിൽ മനുഷ്യത്വത്തിന്റെ ധ്വംസനം സംഭവിച്ചില്ലെങ്കില്ലേ അത്ഭുതമുള്ളൂ.

ഒരിക്കൽപോലും ഞാൻ ഒരു കുഷ്ഠരോഗിയോട് മിണ്ടിയിട്ടില്ല. കുഷ്ഠരോഗിയുടെ ഭവനം സന്ദർശിച്ചിട്ടില്ല. ഒരു കുഷ്ഠരോഗിയേയും തൊട്ട് ആശ്വസിപ്പിച്ചിട്ടില്ല. ആശ്വാസം കിട്ടാത്തതോർത്ത് സങ്കടപ്പെടുന്ന ഇരവുപകലുകൾ മാത്രമേ എന്റെ ജീവിതത്തിൽ ഉണ്ടായിട്ടുള്ളൂ. അപ്പോഴാണ് കൺമുൻപിൽ ഒരു കുഷ്ഠരോഗി വരുന്നത് കണ്ടത്. മാറിപ്പോകാൻ തയ്യാറെടുക്കുമ്പോഴാണ് ആ വഴിയിലൂടെ, ഞാൻ കാണാൻ കൊതിച്ച, മിണ്ടാൻ കൊതിച്ച, മേരിയുടെ പുത്രനായ നീ നടന്നു വരുന്നത് കണ്ടത്. ഇപ്രാവശ്യമെങ്കിലും നിന്നോട് എന്റെ സ്നേഹം അറിയിക്കണമെന്ന് കരുതി ഞാൻ നിന്നോട് പറയുവാനുള്ളതെല്ലാം മനസ്സിൽ വീണ്ടും വീണ്ടും ഉരുവിട്ടു. പറഞ്ഞു പഠിച്ച വാക്കുകൾക്കൊണ്ട് നിന്നെ സ്വന്തമാക്കാൻ ഞാൻ ചെല്ലുമ്പോഴേക്കും ദുർഗന്ധം വമിക്കുന്ന കീറിയ വേഷം ധരിച്ച ആ കുഷ്ഠരോഗി ഇതാ നിന്നെ സമീപിക്കുന്നു. നീ ആ കുഷ്ഠരോഗിയിൽ നിന്നും അകലം പാലിച്ച് കടന്നു പോകുമെന്ന് വിചാരിച്ച്

മറ്റൊരു വഴിയിലൂടെ നിന്നെ കാണാൻ തിരിയവേ ആ കുഷ്ഠരോഗിയുടെ അടുത്തേക്ക് നീ, ഒരുവൻ തന്റെ കാമുകിയോട് പ്രണയം പറയാൻ പോകുന്നതുപോലെ പോകുന്ന കാഴ്ച എന്നെ തെല്ലൊന്നുമല്ല ആശ്ചര്യപ്പെടുത്തിയത്. എന്റെ ദൈവം മറന്നുവെച്ച സ്വപ്നത്തിന്റെ കടലാണ് നീ എന്ന് ആ കുഷ്ഠരോഗിയോട് പറയുന്നത് ഞാൻ കേട്ടു. നഗ്നമാക്കപ്പെട്ട മോഹങ്ങളുടെ തടവറയിൽ വെന്തുരുകുന്ന ആ കുഷ്ഠരോഗി നിന്റെ മുമ്പിൽ താണു വണങ്ങി. പിന്നെ സംഭവിച്ചതാണ് മഹാത്ഭുതം.

ആരോഗ്യദൃഢഗാത്രനായ എന്റെ സുഹൃത്തായ നീ നിന്റെ നീളൻ വിരലുകൾ കൊണ്ട് ആ കുഷ്ഠരോഗിയുടെ ചലം നിറഞ്ഞു നിൽക്കുന്ന മേനിയിൽ തൊട്ടപ്പോൾ ആ കുഷ്ഠരോഗി പൂമരമാവുകയായിരുന്നു. അപ്പോൾ ഒരു സുഹൃത്തിനെ ആലിംഗനം ചെയ്യുന്നത് പോലെ വാക്കുകൾക്കൊണ്ട് നീ അവനെ ചേർത്തു പിടിച്ചു.

നീ പറഞ്ഞു: 'എനിക്ക് മനസ്സുണ്ട്. നിനക്ക് ശുദ്ധിവരട്ടെ. തൽക്ഷണം കുഷ്ഠം മാറി അവന് ശുദ്ധി വന്നു.' (മാർക്കോസ്. 8/4).

ഇപ്പോൾ രണ്ടു പുഴകൾ ഒരു പുഴയായൊഴുകുന്നു. പാരസ്പര്യത്തിന്റെ മഴവില്ലുകൾ നിറശോഭയോടെ തെളിയുന്നു. കുഷ്ഠം മാറിയതല്ല അത്ഭുതം നീ കുഷ്ഠരോഗിയെ തൊട്ടത് മഹാത്ഭുതം എന്ന് ജനക്കൂട്ടം പറയുമ്പോൾ ഞാനൊരു കുഷ്ഠരോഗിയായിരുന്നെങ്കിലെന്ന് പ്രാർത്ഥിച്ചു പോയി. നിന്റെ ചെയ്തികളെല്ലാം എനിക്ക് അനുകരിക്കാനാവുന്നതല്ലെങ്കിലും എനിക്ക് നിന്നോടുള്ള സ്നേഹം നാൾക്കുനാൾ കൂടിവരികയായിരുന്നെന്ന് പറയാതെ വയ്യ.

നീ തൊടാൻ എന്റെ മേനിക്ക് ഭാഗ്യമുണ്ടാവുമോ എന്തോ?

വഞ്ചിയിൽ വെള്ളം കയറിയില്ല

എങ്ങോട്ടോ പോകാനുള്ള തിരക്കിലായിരുന്നു അവർ. നല്ല മീൻ വല്ലതുമുണ്ടെങ്കിൽ കണ്ടാസ്വദിക്കാമെന്ന് കരുതി കടൽത്തീരത്ത് വന്നപ്പോഴാണ് എന്റെ പ്രാണപ്രിയനെ വീണ്ടും ഞാൻ കണ്ടത്. കടലിനോട് നിനക്കെന്തോ മമതയുണ്ടായിരുന്നതു പോലെ എനിക്ക് തോന്നി. ആഴക്കടലിന്റെ ശാന്തതയനുഭവിക്കാൻ കടൽത്തീരത്ത് പലപ്പോഴും നീ വന്നിരുന്നതിനെപ്പറ്റി പലരും പറഞ്ഞു കേട്ടിട്ടുണ്ട്. നിന്റെ നെഞ്ചിലെ കടലോളം സ്നേഹം മറ്റുള്ളവരോട് പങ്കുവെച്ച്, അവരെ വിമലീകരിക്കാനും അങ്ങനെ കടൽത്തീരത്തിന്റെ സൗന്ദര്യം പതിന്മടങ്ങ് വർദ്ധിപ്പിക്കാനുമാണോ നീ കടൽ തേടി വന്നത്?

കടലോളം സ്നേഹവും കടലോളം കാരുണ്യവുമുള്ളവൻ കടലിനെ പ്രണയിക്കാതെ തരമില്ല. നിന്റെ സ്നേഹവും സൗഹൃദവും നീ നട്ടുനനച്ചിട്ടുള്ളതുമെല്ലാം കടലോരത്ത് നിന്നുകൊണ്ടായിരുന്നെന്ന് ആർക്കാണ് അറിയാത്തത്? കടൽ നിനക്ക് ജീവന്റെ പര്യായവും അതിജീവനത്തിന്റെ സമവാക്യവും തന്നെ. പുഞ്ചിരിയുടെ പുതിയ പൂവുകൾ പൂക്കുന്ന മഹാവൃക്ഷത്തിന്റെ വേരുകൾ കടലിൽ ആഴ്ത്താതെ തരമില്ല എന്നു പറയുന്നത് നിന്റെ കാര്യത്തിൽ ശരി തന്നെ.

കടലും കടൽക്കാറ്റും ചിന്തകളെ ധന്യമാക്കിയപ്പോഴേക്കും നീ അവിടെയെത്തി. കടലിന്റെ പ്രിയ തോഴൻ വരുന്നു. നമുക്ക് അക്കരേക്ക് പോകാം എന്ന് പറഞ്ഞ് നീ നിന്റെ സ്നേഹിതരെ വിളിച്ചപ്പോൾ ആ തോണിയിൽ ആരുമറിയാതെ ഒഴിഞ്ഞ ഒരു കോണിൽ ഞാനും സ്ഥലം പിടിച്ചു.

ഇരിപ്പിടം തിരയുന്ന തിരക്കിനിടയിൽ അപരിചിതനായ എന്നെ ശിഷ്യർ ശ്രദ്ധിച്ചു കാണില്ല. ഞാൻ അവരേയും. എന്റെ ശ്രദ്ധ മുഴുവൻ ആ കടൽ സ്നേഹിയോടായിരുന്നു. ഒരുപാട് സംസാരിക്കാൻ ആഗ്രഹിച്ചാലും ചിലപ്പോഴെങ്കിലും ചിലരെ കാണുമ്പോൾ നമ്മുടെ നാവിറങ്ങി

പോകുന്നതു പോലെയുള്ള അനുഭവം എനിക്ക് സംഭവിച്ചു. നിന്നെ ഇത്രയും അടുത്തു ആദ്യമായി കണ്ടത് അന്നാണ്. നിന്റെ ശിഷ്യരെല്ലാം കടലിനെപ്പറ്റിയും കടലമ്മയെപ്പറ്റിയുമൊക്കെ വാചാലരാവുന്നു ണ്ടായിരുന്നു. അവരുടെ ചലനങ്ങളും അഹംഭാവം നിറഞ്ഞ വാക്കുകളും എന്റെ മനസ്സിൽ അവരോടുള്ള നീരസം വർദ്ധിപ്പിച്ചു. വാക്കുകൾ മൗന തീർത്ഥങ്ങളിലേക്ക് പോയതറിഞ്ഞ്, ഞാൻ എന്നെത്തന്നെ തിരിച്ചു വിളിച്ച്, നിന്റെ അരികിലെത്തിയപ്പോഴേക്കും നീ ആ പടകിൽ മയങ്ങി തുടങ്ങിയിരുന്നു. ഉറങ്ങുന്ന നിന്നെ വിളിച്ചുണർത്തുന്നത് ശരിയല്ലെന്ന് കരുതി കുറെ നേരം നിനക്കായി ഞാൻ കൂട്ടിരുന്നു. നിന്റെ മിഴികളിൽ ശാന്തത കളിയാടിയിരുന്നു. ദൈവം ഇറങ്ങി വന്നത് പോലെയായിരുന്നു നിന്റെ സാന്നിധ്യം. സത്യം പറഞ്ഞാൽ എന്റെ വിശ്വാസങ്ങൾക്കും കാഴ്ച്ചപ്പാടുകൾക്കുമെല്ലാം എത്രയോ അകലെയാണ് നീയെന്ന് തിരിച്ച റിഞ്ഞത് ആ കടൽയാത്രയിലാണ്.

പെട്ടെന്നാണ് അത് സംഭവിച്ചത്. വഞ്ചി നടുക്കടലിൽ എത്തിക്കാണും. ശിഷ്യർ തുഴ വലിക്കാൻ പറ്റാതെ നിസ്സഹായരാകുന്നു. ഒന്നും കൈപിടി യിൽ ഒതുങ്ങാത്തതുപോലെ. ഭയത്തിന്റെ മീവൽപ്പക്ഷികൾ വഞ്ചിയി ലുള്ളവരുടെ തലയ്ക്കു മീതെ ചുറ്റിക്കറങ്ങുന്നു. വെളിച്ചം ഇരുളിന് വഴിമാറുന്നു. കടൽ രൗദ്രഭാവം പൂണ്ടുവെന്ന് ആരോ വിളിച്ചു പറയുന്നു. കുറ്റപ്പെടുത്തലുകളും പരിഭവങ്ങളും വിരുന്നു വന്നു തുടങ്ങിയിരിക്കുന്നു. ആനന്ദത്തിന്റെ തിരശ്ശീലകൾ രണ്ടായി കീറി മാറുന്നു.

എന്റെ തീരുമാനം തെറ്റായെന്ന് മനസ്സു പറഞ്ഞു. വിളിക്കാത്ത സദ്യ ഉണ്ണാൻ പോയവന്റെ അവസ്ഥയിലായി ഞാൻ. തിരിച്ചു തുഴയാനോ തീരം കാണാനോ ഭാഗ്യമില്ലാത്തവനായി ഞാൻ മാറി. എന്റെ തീരുമാന ങ്ങളെ ഞാൻ ശപിക്കാൻ തുടങ്ങി. ഞാൻ എന്നിലേക്ക് തന്നെ ഉൾവലിയാൻ ആഗ്രഹിച്ചു. വെറുതെ കടൽത്തീരത്തിരിക്കേണ്ട ഞാൻ ഇപ്പോൾ വല്ലാത്ത കെണിയിൽപ്പെട്ടിരിക്കുന്നു. വിശ്വാസത്തിന്റെ പങ്കായം ആരോ കൈവെള്ളയിൽ നിന്നും തട്ടിപ്പറിച്ചു കൊണ്ടുപോയിരിക്കുന്നു. അവിശ്വസ്തതയുടെയും സംശയത്തിന്റെയും വെള്ളത്തുള്ളികൾ എന്റെ നൗകയെ ഭാരപ്പെടുത്തുന്നു. എല്ലാം വെറുതെയാണല്ലോ. അവന്റെ കൂടെ നടന്നാൽ എല്ലാം ശുഭമാവുമെന്ന പ്രത്യാശയ്ക്ക് അർത്ഥമില്ലല്ലോ. അവനിതൊന്നും കാണുന്നില്ലേ? ഈ നിലവിളി കേൾക്കുന്നില്ല? ഉള്ളിൽ ചോദ്യങ്ങളുടെ ആഗ്നേയസർപ്പങ്ങൾ തല പൊക്കാൻ തുടങ്ങി.

നിന്നെ പ്രണയിക്കുന്നത് വെറും വിഡ്ഢിത്തമാണ്. നീയും ഇപ്പോൾ മരണത്തിന് കീഴടങ്ങാൻ ഒരുങ്ങുകയാണോ? ചിന്തകൾകൊണ്ട് ഭയ ത്തിന്റെ തീക്കൂനകൾ ചുറ്റും തീർക്കുന്നു ഞാൻ. മാറാവ്യഥകൾ എന്റെ മനോനില തകരാറിലാക്കുന്നു. ഓർമ്മയിൽ സൂക്ഷിക്കാൻ ഒന്നുമില്ലാത്ത

ഒരു നശിച്ച കടൽയാത്രയെന്ന് ഞാൻ എന്നെത്തന്നെ ശപിച്ചു കൊണ്ടിരിക്കുമ്പോൾ ആരോ പോയി 'ഗുരോ രക്ഷിക്കണേ' എന്ന് പറയുന്നു.

നീ ഉണർന്നത് അപ്പോഴാണ്. കാറ്റിനെയും കടലിനെയും ശാന്തമാക്കാൻ നീ കരങ്ങൾ നീട്ടി. നിന്റെ വാക്കുകൾ ആ കാറ്റിൽ പുതുഭാവം തീർക്കാൻ തുടങ്ങുന്നു. നിന്റെ കൈവെള്ളയിൽ കാറ്റിനെ ശമിപ്പിക്കാനുള്ള വജ്രായുധമുണ്ടെന്ന് ഞാനറിഞ്ഞത് അന്നാണ്. നിന്റെ വാക്കുകളെ പ്രകൃതി അനുസരിക്കുമെന്ന് പഠിപ്പിച്ചത് ആ കടൽയാത്രയിലാണ്. പ്രത്യാശ കൈവിടാതെ വിശ്വാസത്തോടെ നിന്നെ സമീപിക്കുന്നവർക്ക് ഒരു പോറൽപോലും വരില്ലെന്ന് ഞാൻ അറിഞ്ഞതും അന്നാണ്.

വള്ളത്തിൽ വെള്ളം കയറുമെങ്കിലും വള്ളം മുങ്ങുകയില്ല. കാരണം നീ ആ വള്ളത്തിലുണ്ടായിരുന്നു എന്ന് ശിഷ്യർ മാത്രമല്ല ഞാനും പഠിച്ചെടുത്ത ശ്രേഷ്ഠ പാഠമാണ്. കടൽയാത്ര തീർന്നു. എല്ലാവരും വഞ്ചിയിൽ നിന്നും യാത്ര പറഞ്ഞ് മടങ്ങി. എന്നിൽ നിരാശ വീണ്ടും ബാക്കിയായി.

രാക്കിളിക്കൂട്ടം പോയി മറഞ്ഞ സന്ധ്യയിൽ നിന്നെ വെറുതെ സംശയിച്ചതിന്, നിന്നെ എന്റെ ജീവിതസങ്കടങ്ങളിലേക്ക് ക്ഷണിക്കാതിരുന്നതിന്, മാപ്പ് പറയാതെ ഇന്ന് രാവുറങ്ങാൻ എനിക്കാവില്ല.

Sunil Jose

പന്ത്രണ്ടു കുട്ട നിറയെ

വഴികൾ വിളിക്കുന്നത് യാത്രയ്ക്ക് മാത്രമാണെന്ന് ആരോ നമ്മെ പറഞ്ഞു പറ്റിച്ച ഫലിതമാണ്. വഴികൾ ചെന്നെത്തുന്നതെല്ലാം അവനിലേക്കാണ്. വിസ്മയങ്ങൾ തീർക്കുന്ന അവന്റെ നെഞ്ചുമേടയിലേക്കാണ്. അനുകമ്പയുടെ വഴികളിലേക്കാണ് അവൻ എന്നെയും നിന്നെയും വിളിച്ചിറക്കി കൊണ്ടുവരുന്നത്. നീ നിന്റെ വീട്ടിലിരുന്ന് വിശപ്പു തിന്നുന്നത് കാണാൻ ആ നസ്രായന് കഴിയില്ല. നീ അപ്പമില്ലാതെ അയൽപ്പക്കത്തെ അടുക്കളയിലേക്ക് ഭിക്ഷാടനം നടത്തുന്നത് അവനിഷ്ടമല്ല. അവൻ നിന്നെ കൂട്ടിക്കൊണ്ടു പോകുന്നത് സമൃദ്ധിയുടെ സല്ലാപങ്ങളിലേക്കാണ്, ഉണർവ്വിന്റെ വഴികളിലേക്കാണ്! അവന്റെ സുവിശേഷം കേൾക്കുന്നവരുടെ മനസ്സും ശരീരവും ഒരുപോലെ നിറയണമെന്ന ആഗ്രഹം അവനിൽ അന്തർലീനമായി കിടക്കുന്നുണ്ട്. അതുകൊണ്ടാവാം ആ വിജനപ്രദേശത്ത് വെച്ച് അവൻ അപ്പം വർദ്ധിപ്പിച്ചത്.

സമഗ്രവിമോചകനെ ഞാൻ കണ്ടത് അന്നാണ്. പ്രിയനേ, നിന്നിലേക്കുള്ള എന്റെ യാത്രകൾ അവസാനിക്കാത്തതുപോലെയാണ് നീ ചെയ്ത അത്ഭുതങ്ങളും. ഒരിക്കലും അവസാനിക്കാത്ത അത്രയും അത്ഭുതങ്ങൾ നിന്റെ കൈകളിൽ ഉണ്ടായിരുന്നു. നീ ആത്മാവിന്റെ വിശപ്പടക്കുന്നവൻ മാത്രമല്ലെന്നാണ് ആ വഴിയാത്രയിലൂടെ ഞാൻ പഠിച്ച മറ്റൊരു പാഠം. വഴിതെറ്റിപ്പോയ എനിക്ക് വഴി പറഞ്ഞു തന്നവരൊടൊപ്പമാണ് ഞാൻ അവിടെ ചെന്നെത്തിയത്. പതിവുപോലെ നീ അവരിൽ സ്നേഹത്തിന്റെ മഞ്ഞുകാലം സൃഷ്ടിക്കുന്നുണ്ടായിരുന്നു. ഒപ്പം എന്റെ ഉള്ളിലും. ആലിപ്പഴം പെറുക്കിയെടുക്കുന്ന നിഷ്കളങ്ക ബാല്യങ്ങളെ ഓർമ്മിപ്പിക്കുന്നതു പോലെ ഒത്തിരി മക്കൾ നിന്നിൽ നിന്നും സൗഖ്യം സ്വന്തമാക്കുന്നത് ഞാനെന്റെ കണ്ണുകൊണ്ട് കണ്ടതാണ്.

“അവൻ കരയ്ക്കിറങ്ങിയപ്പോൾ വലിയ ഒരു ജനക്കൂട്ടത്തെ കണ്ടു. അവരുടെ മേൽ അവന് അനുകമ്പ തോന്നി. അവരുടെയിടയിലെ രോഗികളെ അവൻ സുഖപ്പെടുത്തി.” (മത്തായി: 14/14)

സത്യം പറഞ്ഞാൽ അന്ന് എനിക്ക് നല്ല വിശപ്പുണ്ടായിരുന്നു. ഒരു സൗഖ്യം കണ്ട് വിസ്മയഭരിതനായി തിരിച്ചുപോകുന്നതിനേക്കാൾ എനിക്ക് പ്രിയം നീ വിളമ്പുന്നത് എന്തെങ്കിലും കഴിക്കാനായിരുന്നു. നിന്റെ കൈ കൊണ്ടു നീ എനിക്ക് വിളമ്പി തരുന്നതും ഞാൻ ആഹരിക്കുന്നതും ഒരിക്കൽ സ്വപ്നം കണ്ടതാണ്. എന്റെ ഇലയിൽ എനിക്കിഷ്ടപ്പെട്ട വിഭവങ്ങൾ മാത്രം വിളമ്പുന്ന ഒരു വിളമ്പുകാരനെ സ്വപ്നത്തിൽ മാത്രമേ ഞാൻ കണ്ടിട്ടുള്ളൂ. എന്റെ മനസ്സറിഞ്ഞതുകൊണ്ടാവണം അന്ന് ആ അത്ഭുതവും നീ ചെയ്തത്.

കൈയിൽ കിട്ടിയ വെറും അഞ്ചപ്പവും രണ്ടു മീനും സ്വർഗ്ഗത്തിലേക്ക് ഉയർത്തി ആശീർവദിച്ച് പുതിയ അപ്പത്തിന്റെ രുചിക്കൂട്ട് ഉണ്ടാക്കിയത് നീ തന്നെ എല്ലാവർക്കുമായി വീതം വെച്ചു തരുന്നുണ്ടായിരുന്നു. നിന്നിൽ നിന്നും ഞാൻ അപ്പവും മീനും വാങ്ങി ഭക്ഷിച്ചപ്പോൾ അന്നോളം അറിയാത്ത രുചി നിന്നിൽനിന്നും ഞാൻ സ്വന്തമാക്കി. ഓർക്കുമ്പോൾ ദാ... ഇപ്പോഴും വായിൽ വെള്ളമൂറുന്നു. ഭക്ഷിച്ച് കഴിഞ്ഞ് തൃപ്തരായി എല്ലാവരും വീട്ടിലേക്ക് മടങ്ങി; ഒപ്പം ഞാനും.

തിരിച്ച് നടക്കുമ്പോൾ എന്റെ നിഴൽ എന്നോടു വാഗ്വാദത്തിന് വന്നു. നീ അവനിൽ നിന്നും വാങ്ങി ഭക്ഷിച്ചില്ലേ? നീ അവന് നന്ദി പറഞ്ഞോ? നിന്റെ കൈയിലുണ്ടായിരുന്നില്ലേ അഞ്ചപ്പവും രണ്ടു മീനും? നിനക്കും അത് അവന് നൽകാമായിരുന്നില്ലേ? സമർപ്പണത്തിന്റെയും നന്ദിയുടെയും ഭാവങ്ങളുയരുന്നിടത്ത് സമൃദ്ധിയുടെ നിറപറയുണ്ടാകും. എന്റെ വിശപ്പു മാത്രമേ മാറിയിരുന്നുള്ളൂ... ആ രാത്രിയിൽ എനിക്ക് വീണ്ടും വിശന്നു.

ഒരു കഷണം അപ്പം കൂടെ അവനിൽ നിന്നും വാങ്ങാമായിരുന്നെന്ന തോന്നൽ എന്നിൽ ബാക്കിയായി.

സ്നേഹിതന്റെ വീട്

സ്നേഹിതരെ കൂടുതൽ അറിയാൻ അവരുടെ ഭവനങ്ങൾ സന്ദർശിച്ചാൽ മതിയെന്ന് കേട്ടിട്ടുണ്ട്. ആരാണ് അവന്റെ അമ്മ, മറ്റു കുടുംബാംഗങ്ങൾ അവരുടെ സ്വഭാവ സവിശേഷതകൾ ഇവയെല്ലാം നിരീക്ഷിച്ചാൽ അവനെക്കുറിച്ച് കൂടുതൽ മനസ്സിലാകും എന്നുറച്ച് ഒരു പുലരിയിൽ നിന്റെ വീട് തേടി ഞാൻ യാത്രയായി.

അന്ന് പതിവിലും വിപരീതമായി വെയിൽ കനത്തിരുന്നു. ഒരു നീരുറവ പോലുമില്ലാത്ത മരുഭൂമി പോലെ വഴികൾ ആളൊഴിഞ്ഞതായിരുന്നു. മഷിയിട്ടു നോക്കിയിട്ടുപോലും ഒരു വഴിയാത്രക്കാരനെ കണ്ടില്ല. നാൽക്കവലയിൽപ്പെട്ടവന്റെ ഭീതി എന്റെ വയറ് വീർപ്പിച്ചു തുടങ്ങിയിരിക്കുന്നു. തൊണ്ട നനയ്ക്കാൻ പോലും ഒരു തുള്ളി വെള്ളമില്ലാത്ത യാത്ര അതികഠിനം തന്നെ. എങ്കിലും സ്നേഹിതനെ അറിയാനല്ലേ എന്ന് നിനച്ചപ്പോൾ മറ്റെല്ലാ സങ്കടങ്ങളും പ്രതിബന്ധങ്ങളും നിസ്സാരമായേ തോന്നിയുള്ളൂ.

വേട്ടയാടുന്ന പ്രണയത്തിന്റെ രുചിയറിഞ്ഞവനെ പോലെ ദീർഘദൂര യാത്രയെ ഞാൻ പതിയെ ഇഷ്ടപ്പെടാൻ തുടങ്ങി. രാവിലെ പെയ്ത മഞ്ഞുതുള്ളികൾ ഉരുകി തീർന്നിരിക്കുന്നു. സൂര്യതാപമേറ്റ് എന്റെ ഓർമ്മകളുടെ വെയിൽച്ചില്ലകൾ വാടിയിരിക്കുന്നു. ഇപ്പോൾ അസ്തമയമാണ്. പകലിന്റെ അധ്വാനങ്ങൾ ബാക്കി വെച്ച് തിരികെ മടങ്ങുന്ന സൂര്യനും ദേശാടനപ്പക്ഷികളും എന്റെ ഹൃദയത്തിൽ വേർപാടിന്റെ നൊമ്പരങ്ങളാണ് സമ്മാനിച്ചത്. ഇരുട്ടും മുൻപെങ്കിലും എനിക്ക് അവന്റെ വീട്ടിലെത്തണം. ആരൊക്കെയോ പറഞ്ഞു തന്ന പാതിമാഞ്ഞ വഴിയിലൂടെ ഞാൻ ലക്ഷ്യസ്ഥാനത്തെത്തി.

ഇതാണാവന്റെ വീട്. മറ്റു വീടുകളിൽ നിന്നും ഇടയകന്യകമാരുടെ പുരകളിൽ നിന്നും വ്യത്യസ്തമായിരുന്നു നിന്റെ വീട്. ആദ്യകാഴ്ച്ചയിൽ തന്നെ ആകർഷകമായ എന്തോ ഒരു പ്രത്യേകത ആ വീടിനും

പരിസരത്തിനും ഉണ്ടായിരുന്നു. ഒന്നും വേലികെട്ടി തിരിച്ചിരുന്നില്ല. മതിലുകളില്ലാത്ത ആ വഴിയിലെ ഒരേ ഒരു ഭവനം നിന്റേതായിരുന്നു. അവന്റെ മണ്ണിൽ ചവിട്ടുമ്പോൾ മനസ്സിലെന്തൊക്കെയോ തോന്നുന്നുണ്ടായിരുന്നു. എന്റെ രോമകൂപങ്ങളിൽ പോലും കുളിർമയുടെ മഞ്ഞു പെയ്യുന്നുണ്ടായിരുന്നു. കൊടിയ വേനൽക്കാലത്തും പൂവിട്ടു നിൽക്കുന്ന വാകമരങ്ങൾ നിന്റെ വീട്ടുമുറ്റത്തിന് അലങ്കാരമായി നിന്നിരുന്നു. കാലനക്കം കേട്ടപ്പോൾ നിന്റെ വീടിന്റെ ചെറിയ ഉദ്യാനത്തിൽനിന്നും ചെടികളെ പരിചരിച്ചിരുന്ന ഒരു സ്ത്രീ എത്തി നോക്കി. അവൾ നട്ടു വളർത്തുന്ന ചെടികൾക്കെല്ലാം ലാളനയുടെയും കരുതലിന്റെയും കഥ പറയുവാനുള്ളതു പോലെ എനിക്ക് തോന്നി. “വരൂ അകത്തേക്കിരിക്കാം.”

അവളുടെ വാക്കുകളിൽ നിന്നും മാധുര്യത്തിന്റെയും മാതൃവാൽസല്യത്തിന്റെയും തേൻ പുഴയൊഴുകുന്നുണ്ടായിരുന്നു.

അമ്മയാണോ ഈ പൂന്തോട്ടത്തെയെല്ലാം പരിചരിക്കുന്നത് എന്ന എന്റെ ചോദ്യത്തെ അവൾ ഒരു ചെറുപുഞ്ചിരിയിലൊതുക്കി. ഗബ്രിയേൽ ദൂതനോട് എളിമപ്പെട്ടതിന്റെ മുഴുവൻ ചൈതന്യവും അവളുടെ മിഴികളിൽ നിറഞ്ഞു നിന്നിരുന്നു. അവൾക്ക് ലബനോനിന്റെ അഴകും ആകാരഭംഗിയുമുണ്ടായിരുന്നു. നീണ്ട മുടിയിഴകളിൽ പന്ത്രണ്ടു നക്ഷത്രങ്ങൾ വിരുന്നു വന്നിരുന്നതിന്റെ അടയാളങ്ങളുണ്ട്. അവളുടെ ഉടലിൽ കാഴ്ച്ചവെയ്പ്പിന്റെ ലാവണ്യമുണ്ടായിരുന്നു. അവളുടെ വസ്ത്രങ്ങൾ ഒരു അലക്കുകാരനും വെളുപ്പിക്കാനാവാത്ത അത്രയും ശുഭ്ര വർണ്ണത്തിൽ നിറഞ്ഞതായിരുന്നു. എന്റെ നിശ്ശബ്ദതയെ ഭേദിച്ചു കൊണ്ട് ആ ഉദ്യാനത്തിൽ നിന്നും കയറി വരുമ്പോൾ ഒരു ചെടിയോട് അവൾ എന്തോ പറയുന്നതായി തോന്നി.

അമ്മ ഇവരോട് സംസാരിക്കാറുണ്ടോ എന്ന എന്റെ ചോദ്യത്തിന് അവൾ ഇങ്ങനെ പറഞ്ഞിരുന്നു. “മകന്റെ കഴിഞ്ഞ വരവിലെ സമ്മാനമാണ് ഈ ചെടി. ഈ ചെടി അവൻ തന്നെയാണ് ഇവിടെ നട്ടത്. നടുമ്പോൾ അവൻ എന്നോടൊരു സ്വകാര്യവും പറഞ്ഞിരുന്നു. എന്താണെന്നോ? ഈ ചെടിയാണ് നമ്മുടെ അപ്പ തൊട്ട ലില്ലിച്ചെടിയുടെ കൂട്ടുകാരി. അപ്പ തൊട്ടപ്പോൾ പൂവിട്ട ചെടിയുടെ അടുത്തിരുന്ന ചെടിയുടെ അവശേഷിപ്പുകൾ ഇപ്പോൾ നമ്മുടെ ഭവനത്തിന് ഐശ്വര്യമാവട്ടെ. വേദനകളില്ലാത്ത ശാഖകളും കണ്ണീരു വീണു പൊള്ളാത്ത പൂക്കളും ഈ ചെടിയിൽ സമൃദ്ധമാവുമെന്ന് പറഞ്ഞ് അവൻ പോയിട്ട് ഇപ്പോൾ നാളുകൾ ഏറെയായിരിക്കുന്നു.”

അമ്മ അവനെ തിരയുകയായിരുന്നു. പുത്രനഷ്ടത്തിന്റെ ദുഃഖാഗ്നിനിയിൽ വെന്തുരുകാൻ വിധിക്കപ്പെട്ടവളാണെന്ന ശിമയോന്റെ

പ്രവചനത്തിൽ വ്യാകുലതയുടെ വാൾ ആ വീടിന്റെ ഏതോ പരിസരത്ത് കള്ളനെ പോലെ കാത്തിരിക്കുന്നുണ്ടായിരുന്നു. വാ... അകത്തു കയറി ഇരിക്ക്. അമ്മ മകനു കുടിക്കാൻ കൊണ്ടു വരാം എന്ന് പറഞ്ഞ് അടുക്കള യിലേക്ക് പോയപ്പോൾ ഇതുപോലെരമ്മയെ കിട്ടിയിരുന്നെങ്കിലെന്ന് വ്യാമോഹിച്ചു പോയി ഞാൻ.

എനിക്ക് രുചികരമായതെന്തോ ഉണ്ടാക്കാൻ അമ്മ പോയ സമയം കൊണ്ട് ഞാൻ നിന്റെ വീട്ടിലെ ഓരോ വസ്തുക്കളേയും നോക്കുക യായിരുന്നു. ഒരുപക്ഷേ നീയും നിന്റെ അപ്പയും ഒന്നിച്ചുണ്ടാക്കിയ ഈ മേശയും കസേരകളും മനോഹരമായ രൂപക്കൂടും, നിന്റെ മരപ്പണി യോടുള്ള വൈദഗ്ധ്യത്തെ വിളിച്ചോതുന്നുണ്ടായിരുന്നു. മണ്ണിൽ നിന്നും മനുഷ്യനെ മെനഞ്ഞവന്റെ ഭവനത്തിനും പറയാനുണ്ട് ഒരുപാട് മാർദ്ദവമുള്ള കഥകൾ. ചെറിയ വീടാണെങ്കിലും എല്ലാത്തിനും അതിന്റേതായ പൂർണ്ണതയും ആഢ്യത്വവുമുണ്ട്. വെള്ളത്തിനു മീതെ ചലിച്ച ആത്മാവിന്റ കാറ്റ് ആ ഭവനത്തിന് ക്രമവും ചലനവും നൽകിയിരുന്നെന്ന് പറയാതെ വയ്യ.

അതിനിടയിലാണ് ആ മയിൽപ്പീലികൾ എന്റെ ശ്രദ്ധയിൽപ്പെട്ടത്. ആ മയിൽപ്പീലികളിൽ ഓർമ്മകളുടെ അവശേഷിപ്പുകൾ ഓടിക്കളിക്കു ന്നുണ്ടായിരുന്നു. അതിൽനിന്നും ഒരു പീലി കൈയിലെടുത്ത് നിൽക്കു മ്പോഴേക്കും നിന്റെ അമ്മ ഒരു കോപ്പ നിറയെ എന്തോ കുടിക്കാൻ കൊണ്ടുവന്നു. വക്കോളം നിറച്ച കൽഭരണികളിലെ പുതുവീഞ്ഞിന്റെ രുചിക്കൂട്ട് ആ വിഭവത്തിനുണ്ടായിരുന്നു. ഇത്രയും നിറച്ച ഒരു പാത്രം ഞാൻ ആദ്യമായാണ് കാണുന്നത്. കുടിക്ക്... നിന്റെ മുഖത്ത് അലഞ്ഞ തിന്റെ ക്ഷീണമുണ്ടെന്ന് പറഞ്ഞ് ആ അമ്മ എനിക്ക് ആ കോപ്പ നീട്ടിയപ്പോൾ സ്വർഗ്ഗം ഭൂമിയിലേക്ക് വിരുന്നു വന്ന അനുഭൂതിയായിരുന്നു.

ഇതും അവന്റെ ശേഖരമാണ്. കുഞ്ഞുനാളിലെ അവന്റെ വലിയ സന്തോഷമാണ് ഈ മയിൽപ്പീലികൾ. മറ്റു കളിപ്പാട്ടങ്ങളൊന്നും അവനുണ്ടായിരുന്നില്ല. അവനെ കാണാനും അവനൊപ്പം കളിക്കാനും വരുന്നവർക്ക് അവൻ ഈ മയിൽപ്പീലികളിൽ നിന്നും ഒന്നെടുത്ത് കൊടു ക്കാറുണ്ട്. പലപ്പോഴും കൊടുത്തു കഴിയുമ്പോൾ അവന് കളിക്കാൻ ഒന്നുമുണ്ടാകാറില്ല. മയിൽപ്പീലിയുമായി മടങ്ങുന്നവരെ നോക്കി നിൽക്കുന്നതിന്റെ ആനന്ദം അവൻ പലപ്പോഴും ആസ്വദിച്ചിരുന്നു. "കൊടുക്കാനായിരുന്നു അവനു പണ്ടേ ഇഷ്ടം. ഒന്നും സ്വീകരിക്കാറില്ല. ചേർത്തു പിടിക്കാതെ അപരനായി എല്ലാം ചോർത്തിക്കളയുന്ന മനസ്സാണ് എന്റെ മകന്റേത്." മകനെക്കുറിച്ച് ചോദിക്കാൻ ഞാൻ കരുതിയതെല്ലാം അവൾ എന്നോടു നിമിഷനേരം കൊണ്ട് പങ്കുവെച്ചു. മക്കളെക്കുറിച്ചുള്ള നല്ല കാര്യങ്ങൾ ഏതമ്മയ്ക്കാണ് ഇന്നോളം പറഞ്ഞു തീർന്നിട്ടുള്ളത്?

മടങ്ങാൻ എഴുന്നേറ്റ എന്റെ നെറ്റിയിൽ മാതൃവാത്സല്യത്തോടെ ഒരു മുത്തം നൽകി ഇങ്ങനെ പറഞ്ഞു: "എന്റെ മോനെ കാണുമ്പോൾ അവ നോടു പറയണം ഈ അമ്മ മോനെ കാത്തിരിപ്പുണ്ടെന്ന്. ഇടയ്ക്കെങ്കിലും ഈ വഴി വരണമെന്ന്."

അവളുടെ കൈകൾ വിറയ്ക്കുന്നുണ്ടായിരുന്നു. മിഴികൾ ഈറനണി യുന്നുണ്ടായിരുന്നു. വീണ്ടും കാണാം എന്ന ആശംസയോടെ അവൾ എന്നെ യാത്രയാക്കി.

ആ വീട്ടിൽ നിന്നും പടിയിറങ്ങുമ്പോൾ ഏതോ നഷ്ടഭാരം എന്നെ കീഴടക്കുന്നുണ്ടായിരുന്നു. അമ്മമറിയത്തിന്റെ സ്നേഹം ആവോളം നുകർന്ന എന്റെ സ്നേഹിതനോട് എനിക്ക് തെല്ല് അസൂയയും തോന്നി യെന്ന് പറയാതെ വയ്യ. ഞാൻ നടന്നകലുന്നതുവരെ അവൾ കണ്ണുകൾ ചിമ്മാതെ എന്നെത്തന്നെ അനുധാവനം ചെയ്യുന്നുണ്ടായിരുന്നു. കോഴി തന്റെ കുഞ്ഞുങ്ങളെ അപകടത്തിൽ നിന്നും ചേർത്തു പിടിക്കുന്നതു പോലെ അവളുടെ നീലമേലങ്കിയുടെ സംരക്ഷണം ആവോളം നൽകു ന്നതുപോലെ എനിക്കു തോന്നി. എന്റെ കരങ്ങളിൽ ഇപ്പോൾ ആ മയിൽപ്പീലിത്തുണ്ടുകൾ പറ്റിച്ചേർന്നിരിക്കുന്നു. ഓർമ്മകളുടെ ശേഷിപ്പു പോലെ ഞാനവയെ മാറോടു ചേർക്കുമ്പോൾ ആ മയിൽപ്പീലികൾ നസ്രായനെ ഓർമ്മിപ്പിക്കുന്നു.

നസ്രായന്റെ സമ്മാനിക്കലുകൾ മയിൽപ്പീലിപോലെയും ആ അമ്മയുടെ ചുംബനം നെറ്റിത്തടത്തിൽ നിലാവൊളി പോലെയും ഇപ്പോഴും നിറഞ്ഞു നിൽക്കുന്നുണ്ട്.

എന്റെ കൈയിലും കല്ലുണ്ട്

ഒരല്പം വിപ്ലവം തലയ്ക്കു പിടിച്ചിരുന്ന കാലമായിരുന്നു അത്. തിന്മയുടെ വാനരന്മാർ ചടുലനൃത്തമാടുമ്പോൾ ചവിട്ടിത്താഴ്ത്താനുള്ള മനസ്സായിരുന്നു ആ നാളുകളിൽ അധികമുണ്ടായിരുന്നത്. നിയമങ്ങളെ അനുസരിക്കാത്തവർക്ക് തക്ക ശിക്ഷ നൽകുവാനും പിടയ്ക്കുന്ന പ്രാണന്റെ ചുടുചോരയൂറ്റി കുടിച്ച് നീതിയുടെ വർഗ്ഗബോധം പ്രഘോഷിക്കാനും തിടമ്പേറ്റുന്ന തിന്മകളെ വെട്ടി വീഴ്ത്താനും ആ നാളുകളിൽ മനസ്സ് വെമ്പിയിരുന്നു. ഉച്ചനീചത്വങ്ങൾക്കെതിരെ മുദ്രാവാക്യം വിളിക്കാനും അരുതുകളെ കല്ലെറിഞ്ഞ് തോൽപ്പിക്കാനും വല്ലാത്ത ശക്തിയുണ്ടായിരുന്നു. തെരുവിലെ അടുത്ത ഇരയെ തേടി മുഷ്ടി ചുരുട്ടാൻ മടിയില്ലാത്ത മനസ്സായിരുന്നു അപ്പോൾ.

അപ്പോഴാണ് ഒരാൾക്കൂട്ടത്തിന്റെ കാഹളം കേട്ടത്. ആൾക്കൂട്ടത്തിനൊപ്പം വ്യഭിചാരത്തിൽ പിടിക്കപ്പെട്ട ഒരു സ്ത്രീയുമുണ്ട്. അവളുടെ ദൈന്യതയിലേക്കല്ല എന്റെ കണ്ണുപോയത്. പിന്നെയോ ആ നിയമജ്ഞരുടേയും ഫരിസേയരുടേയും കൈകളിലേ കൂർത്ത കല്ലുകളിലേക്കാണ്. ആരുടെ കൈയിലും കല്ലില്ലാതെയില്ല. ഞാനും കരുതി കൈയിൽ ഒരു മുഴുത്ത കല്ല്. ഒറ്റ ഏറുകൊണ്ട് കൊന്ന് കൊലവിളിക്കാൻ കെൽപ്പുള്ള കല്ല്. വിപ്ലവം തലയ്ക്ക് പിടിക്കുന്നവരിൽ കാരുണ്യത്തിന്റെ പുഴ വറ്റിവരണ്ടുപോകുമെന്നതിന്റെ ഉത്തമസാക്ഷിയാണ് ഞാൻ. അനീതിക്കെതിരെ ശബ്ദമുയർത്താൻ ഞാനും അവർക്കൊപ്പം കൂടി. അവർ അവളെ എങ്ങോട്ടാണ് കൊണ്ടു പോകുന്നതെന്നൊന്നും ഞാൻ ചിന്തിച്ചില്ല. ആരോടും ചോദിച്ചതുമില്ല. അവൻ മറുപടി പറയട്ടെ, അവനല്ലേ ഇപ്പോൾ നിയമം കൈയിലെടുത്തിരിക്കുന്നതെന്ന് ജനക്കൂട്ടത്തിൽ നിന്നും ആരോ പറയുന്നുണ്ടായിരുന്നു. ആരാണാവോ ഈ 'അവൻ'? ആരെങ്കിലുമാവട്ടെ എന്തുവന്നാലും വിപ്ലവം ജയിക്കണം. അനീതി പിഴുതെറിയണം.

അവരുടെ യാത്ര ചെന്നവസാനിച്ചത് വീണ്ടും ആ ദേവാലയത്തിൽ തന്നെയായിരുന്നു. എല്ലാം തീർപ്പ് കൽപ്പിക്കുന്ന കുന്തിരിക്കത്തിന്റെ

മണമുള്ള, കെരൂബുകൾ ചുറ്റും നിൽക്കുന്ന ആ ദേവാലയമുറ്റത്ത് ഇപ്പോൾ നീതിയുടെ മാലാഖയെപോലെ ഒരാൾ നിൽക്കുന്നു. അവനെ തന്നെയാണ് അവർ സമീപിക്കുന്നത്. എനിക്ക് വീണ്ടും ആകാംക്ഷയായി. കാണുവാൻ കൊതിക്കുമ്പോൾ മാത്രമല്ല, കാണാൻ ആഗ്രഹിക്കാതിരിക്കു മ്പോഴും അവൻ മുന്നിൽ നിൽക്കുന്നു. ഇതെന്ത് മറിമായമെന്ന് ചിന്തിച്ചു നിൽക്കുമ്പോഴാണ് ഫരിസേയരിൽ ഒരുവൻ അവളെ അവന്റെ നടുവിൽ നിർത്തി കുറ്റങ്ങൾ ആരോപിച്ചത്.

കുറ്റങ്ങൾക്ക് ശിക്ഷ വിധിക്കുവാൻ നൂറു ശതമാനവും കഴിവുള്ളവൻ തന്നെയാണ് നീ. കാരണം നിന്റെ പ്രഘോഷണങ്ങളിലെല്ലാം ധാർമ്മി കതയുടെ തത്ത്വശാസ്ത്രങ്ങളുണ്ടായിരുന്നു. നീതിക്കുവേണ്ടി ദാഹിക്കു വിനെന്ന നിന്റെ മൊഴികൾ എനിക്ക് ആവേശം തന്നിരുന്നത് ഞാൻ അപ്പോൾ ഓർത്തു പോയി.

നീതിബോധത്തിന്റെ കൂടാരത്തിൽ കാരുണ്യത്തിന്റെ കിളികൾ പാറിപ്പറക്കട്ടെ എന്നായിരുന്നു നിന്റെ ഒരേയൊരു മറുപടി. വിധിക്കും മുൻപേ നിന്റെ മുഖമില്ലാത്ത ചാപ്പിള്ളയെ നീ പെറ്റ നിമിഷങ്ങൾ നീ ഓർക്കണമായിരുന്നെന്ന് എന്റെ പ്രിയൻ പറയാതെ പറഞ്ഞു. നിശ്ശബ്ദതയുടെ ആരോഹണാവരോഹങ്ങൾക്കിടയിൽ നീതിക്കൊപ്പം കാരുണ്യവും അനിവാര്യമാണെന്ന് നീ പഠിപ്പിച്ചു. പുതപ്പിനടിയിൽ സൂക്ഷിച്ചിരുന്ന എന്റെ കപടസദാചാരങ്ങളെ നീ തിരുത്തിയെഴുതുക യായിരുന്നു അന്ന്. രാവിന്റെ മൂന്നാം യാമത്തിലെത്തുന്ന ഗന്ധർവ്വന് നീതിബോധംകൊണ്ട് മാത്രം കാഴ്ച്ചയേകാനാവില്ല. കാരുണ്യവും ആരെയും വിധിക്കാത്ത മനസ്സും ആവശ്യം തന്നെ.

തെറ്റിനും ശരിക്കുമിടയിൽ വിചാരണ ചെയ്യപ്പെടുന്നത് പലപ്പോഴും മനുഷ്യത്വമാണ്. വിധിയുടെ വിരലുകൾ നീ നിന്നിലേക്ക് നീട്ടാൻ പഠിക്കണമെന്ന് നീ അന്ന് പറയാതെ പറയുന്നുണ്ടായിരുന്നു. നീതിയുടെ ഉത്സവങ്ങൾക്ക് മാത്രം കൊടി കയറ്റിയാൽ പോരാ, കാരുണ്യത്തിന്റെ കേളി കൊട്ടും കേൾക്കാൻ പഠിക്കണം.

അല്ലെങ്കിൽ തന്നെ വിധിക്കാൻ ഞാനാരാണ്? എന്തു വിപ്ലവമാണ് ഞാൻ പ്രസംഗിക്കുന്നത്? നീതിയെ കുറിച്ച് പറയാൻ എനിക്കെന്തു യോഗ്യത? എന്റെ കന്നത്തരങ്ങളുടെ വൈക്കോൽ കെട്ടുകൾ വീട്ടിലൊ ളിപ്പിച്ച് പുണ്യാളന്റെ വേഷം പകർന്ന് കരങ്ങളിൽ മറ്റുള്ളവരെ വിധിക്കാൻ കല്ലുകളുമായി പകൽ അലയുന്ന രാത്രിസഞ്ചാരിക്ക് മുഖം നഷ്ടമാവുന്നു. അരുത്, വിധിക്കാൻ മുതിരരുത്. വിധിക്കാൻ മുഴുവൻ അവകാശമുണ്ടാ യിരുന്നിട്ടും വിധി മുഴുവൻ ആകാശത്തിന് വിട്ടുകൊടുക്കുന്ന എന്റെ സ്നേഹിതാ, നിന്നെ ഞാൻ എപ്പോഴെങ്കിലും മനസ്സിലാക്കിയിട്ടുണ്ടോ? ഇപ്പോൾ എന്റെയുള്ളിൽ കാരുണ്യത്തിന്റെ പുഴ ഒഴുകാൻ തുടങ്ങുന്നു ണ്ടെന്ന് മനസ്സ് മന്ത്രിക്കുന്നു.

ലാസറുമൊത്തുള്ള ചങ്ങാത്തം

ചില ബന്ധങ്ങൾ അങ്ങനെയാണ്. സ്ഥലകാലങ്ങൾ പോലും മറന്നു സ്നേഹിക്കും. വേദനയുടെ പാനപാത്രം അവനായി കുടിക്കാൻ തിടുക്കം കാണിക്കും. മറ്റുള്ളവരുടെ പഴിചാരലുകൾക്കോ കുറ്റപ്പെടുത്തലുകൾക്കോ ചെവി കൊടുക്കാതെ സൗഹൃദത്തിന്റെ ചങ്ങാടം അവർ ഒന്നിച്ചു പണിയും. ആ ചങ്ങാടത്തിൽ പകലന്തിയോളം തുഴഞ്ഞു നടക്കും. ഒന്നിച്ചിരിക്കുന്നതിന്റെയും ഹൃദയം കൈമാറുന്നതിന്റെയും രുചിക്കൂട്ടുകൾ മെനഞ്ഞെടുക്കുന്നത് സൗഹൃദമെന്ന മെഴുകുതിരിവെട്ടത്തിലിരുന്നാണ്. അസ്തമിക്കാത്ത സ്നേഹവും അകലാത്ത പ്രണയവും സൗഹൃദത്തിന്റെ ഇണക്കുരുവികളിൽ എപ്പോഴും നിറഞ്ഞു നിൽക്കും. ഒന്നിച്ചുപോയ യാത്രകളും പറഞ്ഞുതീരാത്ത വിശേഷങ്ങളും സൗഹൃദത്തിന്റെ തിളക്കം വർദ്ധിപ്പിക്കുന്നതാണെന്ന് ആർക്കാണ് അറിയാത്തത്?

എന്റെ പ്രിയനേ, നീ ആ ലാസറിന്റെ ഭവനത്തിലെ നിത്യസന്ദർശകനാണെന്ന് വെള്ളം കോരാൻ വന്നവർ പറഞ്ഞത് കേട്ടപ്പോൾ തൊട്ട് എന്റെ ഉള്ളിലും ഒരു പിടച്ചിൽ തുടങ്ങിയിരുന്നു. എനിക്ക് നിന്നോട് സൗഹൃദമാണോ അതോ ആരാധനയാണോ എന്ന് ഇപ്പോഴും തിട്ടപ്പെടുത്താനായിട്ടില്ല. ഒരു കാര്യം ഉറപ്പാണ്. നിന്റെ പേര് ആരെങ്കിലും പറഞ്ഞാൽ തന്നെ എന്റെ ഹൃദയത്തിന്റെ മിടിപ്പ് അനിതരസാധാരണമായി ഉയരുന്നുണ്ട്. എന്റെ കണ്ണുകൾ തിരയുന്നതും എന്റെ മൊഴികൾ കൂട്ടുപോകുന്നതുമെല്ലാം നിന്നരികിലേക്കാണ്.

പക്ഷേ നീ എന്നെ ഇനി സ്നേഹിക്കുമോ? ലാസറിനെ എന്നേക്കാളും അധികം നീ സ്നേഹിക്കുമോ? എന്നെ കാണുമ്പോൾ നിനക്ക് എന്നോട് സ്നേഹം പങ്കുവെയ്ക്കാനാവുമോ? കുറഞ്ഞുപോകുമോ? സ്നേഹം വിഭജിച്ചാൽ കുറഞ്ഞു പോകുകയില്ലേ? ഉള്ളിൽ സ്വാർത്ഥ സ്നേഹം കൊണ്ട് കണ്ണു കാണാനാകാത്ത വിധം ഞാൻ ഇരുട്ടിൽ തപ്പി നടക്കുകയാണ്. സ്നേഹത്തിനുവേണ്ടിയുള്ള ദാഹം ശമിച്ചാൽ പിന്നെ ജീവിതത്തിന്റെ നിമിഷസൂചികയ്ക്ക് പ്രസക്തിയില്ലെന്ന് ആർക്കാണ് അറിയാത്തത്? പിടിച്ചു വാങ്ങാനായിരുന്നെങ്കിൽ സ്നേഹം എനിക്ക്

കിട്ടാക്കനിയാകുമായിരുന്നില്ല. സ്നേഹംകൊണ്ട് തുലാഭാരം നടത്തുന്ന നിന്നിൽനിന്ന് സ്നേഹത്തിന്റെ ശേഷിപ്പുകൾ ലഭിക്കാൻ വേണ്ടി പിന്നെയും യാത്ര ഞാൻ തുടരുന്നു.

ലാസറിനോട് എന്തിനാണാവോ എനിക്ക് അസൂയ? ആദ്യ കൊല പാതകം തന്നെ വാഴ്‌വിൽ സംഭവിക്കുന്നത് കായേലിന്റെ അസൂയ കൊണ്ടാണെന്ന് കുഞ്ഞുന്നാളിൽ ഞാൻ കേട്ടിട്ടുള്ളതാണ്. എങ്കിലും ഈ യാത്രയിൽ അസൂയയുടെ കാട്ടുമുന്തിരിപ്പഴങ്ങൾ ഞാൻ ഉള്ളിൽ കടിച്ചിറക്കുന്നുണ്ട്. ലാസർ, നീ എത്ര ഭാഗ്യവാനാണ്! നിനക്കെന്റെ പ്രാണപ്രിയന്റെ ചങ്ങാത്തം സ്വന്തമാക്കാനായില്ലേ? നിന്റെ വീട്ടിൽ അവൻ ഇടയ്ക്കിടെ വിരുന്നു വന്നിരുന്നു അല്ലേ? എന്റെ പ്രിയന്റെ ഇഷ്ട ങ്ങൾക്കനുസരിച്ച് അത്താഴം വിളമ്പി നീ അവനെ ഉറക്കി കിടത്തിയപ്പോൾ എനിക്ക് നഷ്ടപ്പെട്ടത് അവന്റെ സാന്നിധ്യമാണെന്ന് നീ എപ്പോഴെങ്കിലും അറിഞ്ഞുവോ ചങ്ങാതീ?

ഇല്ല, നിനക്ക് ഞാൻ മാപ്പു തരില്ല. നീ കാരണമാവാം ഒരുപക്ഷേ അവൻ എന്നിൽ നിന്നും അകലം പാലിച്ചത്. നീ കാരണമാവാം അവൻ എന്നിൽ നിന്നും പുഞ്ചിരി പിൻവലിച്ചത്. നിന്റെ ഭവനത്തിൽ വന്നപ്പോ ഴെല്ലാം നീ അവനെ അധികസ്നേഹത്തിന്റെ പുതപ്പിനടിയിൽ ഒളിപ്പിച്ചു കാണുമല്ലേ? ഞാനാണ് വിഡ്ഢി... അവനെ തിരഞ്ഞ് അലയുന്നവന്റെ വേദന നിനക്കൊരിക്കലും മനസ്സിലാവുകയില്ല. കാരണം, നിനക്കിപ്പോൾ എല്ലാം എല്ലാം അവനല്ലേ? അവനിൽ മാത്രമല്ലേ നിന്റെ ഹൃദയം? എന്റെ ഹൃദയ മർമ്മരങ്ങളിലേക്ക് അവനെ ചേർക്കാനാവാതെ പോയത് നീ കാരണമാവാനാണ് സാധ്യത.

കാടുകയറിയ ചിന്തകൾക്ക് വിരാമമിട്ട സമയമായിരുന്നു അത്. യാത്ര നിന്നത് ശ്മശാനമൂകതയുള്ള ഒരിടത്തായിരുന്നു. ആരോ മരിച്ച തിന്റെ ഗദ്ഗദം ആ മണ്ണിൽ തളംകെട്ടി നിൽക്കുന്നുണ്ടായിരുന്നു. ദൈന്യത മുറ്റിയ മുഖഭാവങ്ങളല്ലാതെ മറ്റൊന്നും അവിടെ കണ്ടില്ല. അപ്പോഴും ആ ശവപ്പറമ്പിൽ ചന്ദനത്തിരി എരിയുന്നുണ്ടായിരുന്നു. നെഞ്ചിലെ കനൽ കെടാത്ത ജീവിതങ്ങൾക്ക് സാക്ഷിയായി അവർ വിതുമ്പുന്നുണ്ടാ യിരുന്നു.

ആ കാണുന്ന ഗുഹയിലാണ് അവന്റെ മൃതശരീരം. സ്നേഹിച്ചു കൊതി തീരാത്ത അവന്റെ സഹോദരിമാർ അവിടെയുണ്ടായിരുന്നു. അവരാണ് മർത്തായും മറിയവും. അവർ പരസ്പരം ആ ശവകുടീരത്തിൽ നിന്നും ഏങ്ങലടിച്ചു കരയുന്നതിനിടയിൽ ‘ലാസറേ, നീ ഞങ്ങളെ വിട്ടുപോയതെന്തേ’ എന്ന് പിന്നെയും പിന്നെയും ചോദിക്കുന്നുണ്ടായി രുന്നു. വല്ലാത്ത കുറ്റബോധം തോന്നിയെനിക്ക്. ലാസർ മരിച്ചിട്ട് നാലാം ദിവസമാണിത്. യാത്രാവേളകളിലെല്ലാം ഞാൻ പിറുപിറുത്തതും വെറു ത്തതും ഇവനെയായിരുന്നല്ലോ എന്നോർത്തപ്പോൾ എന്നോടുതന്നെ

പുച്ഛം തോന്നി. അറിയാതെ പലതും പറഞ്ഞുപോയി എന്ന് പറഞ്ഞ് കാല് പിടിച്ച് മാപ്പു ചോദിക്കാൻ ഇനി ലാസറില്ല. ജീവിച്ചിരിക്കുമ്പോൾ ലാസറിനെ ഞാൻ കണ്ടിട്ടില്ല. കേട്ടുകേൾവിയിൽ മാത്രം പരിചിതനായവനെക്കുറിച്ച് എന്തൊക്കെയാണ് ഞാൻ ദൈവമേ പറഞ്ഞു പോയത്. വീട്ടിത്തീർക്കാത്ത കടങ്ങളുമായി ജീവിതയാത്ര അവസാനിപ്പിക്കേണ്ടി വരുമോ എന്ന ചിന്ത എന്നെ ഭ്രാന്തനാക്കി.

ഇപ്പോൾ അവർ മാത്രമല്ല ഞാനും കരയുന്നുണ്ട്. കണ്ണീരിനെ നിയന്ത്രിക്കാൻ എനിക്കാവുന്നില്ല. കൊടിയ വൈരാഗ്യത്തിന്റെ കുന്തമുന കൊണ്ട് ഞാനാണ് ലാസറിനെ കൊന്നത്. എന്റെ കരങ്ങളിലും നിഷ്കളങ്ക രക്തത്തിന്റെ കറയുണ്ട്. കായേനിനോട് ചോദിച്ച ചോദ്യം ഈ ശവകുടീരത്തിന്റെ മുൻപിൽ നിൽക്കുന്ന എന്നോടും ദൈവം ചോദിക്കുമായിരിക്കും. എവിടെ നിന്റെ സഹോദരൻ? അവന്റെ കാവൽക്കാരനല്ല ഞാൻ എന്നു മറുപടി പറയാൻ പോലുമാകാതെ തളരുന്നത് ഇനി ആരുകാണാൻ? സ്വാർത്ഥസ്നേഹം ഉള്ളിൽ സൂക്ഷിക്കുന്നവർക്ക് ആരുടേയും സ്നേഹിതനാകാൻ കഴിയുകയില്ല.

കുറ്റബോധത്തിന്റെ നീർനായകൾ തലപൊക്കി തുടങ്ങിയിരിക്കുന്നു. ആ മരണമുഖത്ത് ഞാനും മരിച്ചു വീണിരുന്നെങ്കിലെന്ന് തോന്നിപ്പോയി. മിഴിയടച്ചുനിന്നു മിഴി തുറന്നപ്പോൾ കൺമുൻപിൽ ഇതാ, എന്റെ കണ്ണീരൊപ്പുന്നവൻ. അവന്റെ മിഴികളും സജലമായിട്ടുണ്ട്. അവൻ നെടുവീർപ്പിടുന്നത് ആർക്കും കണ്ടുനിൽക്കാനാവില്ലായിരുന്നു. ഒരാൾക്ക് മറ്റൊരാളോട് ഇത്രമാത്രം സ്നേഹം പ്രകടിപ്പിക്കാനാവുമെന്ന് ഞാൻ തിരിച്ചറിഞ്ഞത് അന്നാണ്. കല്ലെടുത്ത് മാറ്റാൻ അവൻ പറയുമ്പോൾ എന്റെ വെറുപ്പിന്റെ കല്ലുകൾ ഞാനും എടുത്തു മാറ്റി.

ഇപ്പോൾ അവൻ ഉയിർപ്പിന്റെ നാഥനാവുന്നതുപോലെ എനിക്കു തോന്നി. മരിച്ച ലാസറിനെ മാത്രമല്ല അപമാനത്താൽ ഉരുകിയൊലിച്ച് മൃതപ്രായനായ എന്നേയും അവൻ ജീവിപ്പിക്കുകയായിരുന്നു. അവന്റെ സ്നേഹം ലാസറിന് മാത്രമുള്ളതല്ല, മാനവരാശിക്ക് മുഴുവൻ ആസ്വദിക്കാനുള്ളതാണെന്ന തോന്നൽ എന്നിൽ ശക്തമാവുകയായിരുന്നു. അവൻ മിഴിനീർ വാർത്തുകരഞ്ഞത് ലാസറിന് വേണ്ടി മാത്രമല്ല; എന്റെ പിഴകൾക്കു കൂടിയാണെന്ന് ഞാൻ ആരോടു പറയും? എന്നെ അവൻ ഇപ്പോൾ സ്നേഹത്തിന്റെ സ്വാതന്ത്ര്യത്തിലേക്കാണ് നയിക്കുന്നത്.

“അപ്പോൾ മരിച്ചവൻ പുറത്തുവന്നു. അവന്റെ കൈകാലുകൾ നാടകൾക്കൊണ്ട് ബന്ധിക്കപ്പെട്ടും മുഖം തുണികൊണ്ട് ആവരണം ചെയ്യപ്പെട്ടുമിരുന്നു. യേശു അവരോടു പറഞ്ഞു. അവന്റെ കെട്ടുകളഴിക്കുവിൻ, അവൻ പോകട്ടെ.” (യോഹ:11/44)

കുഞ്ഞുങ്ങളുടെ കൂട്ടുകാരൻ

ജീവിതം കലുഷിതമാകുമ്പോൾ കുഞ്ഞുങ്ങളെ ഓർത്താൽ മതിയെന്നൊരു ചൈനീസ് മൊഴിയുണ്ടത്രേ. യുദ്ധവും ഭ്രാന്തും അതിർത്തി ഭേദിക്കുമ്പോൾ കുഞ്ഞുങ്ങളുടെ പുഞ്ചിരി ആത്മാവിന്റെ ആശ്വാസത്തൂവാലയാണ്. ഹൃദയം മന്ദീഭവിച്ചവരും മോഹങ്ങൾ അസ്തമിച്ചവരും ധ്യാനിക്കേണ്ടത് കുഞ്ഞുങ്ങളെത്തന്നെ. പരിധികളില്ലാതെ സ്നേഹിക്കാൻ അവർക്കേ കഴിയൂ. പരാതികളില്ലാതെ നിങ്ങളെ പുണരാൻ അവരേ ഉണ്ടാവൂ.

ജീവിതത്തിന്റെ കണക്ക് പുസ്തകത്തിൽ കുഞ്ഞുങ്ങൾക്കുവേണ്ടി അവൻ കുറേ താളുകൾ മാറ്റി വെച്ചിരുന്നു. ദൈവരാജ്യത്തിന്റെ കൊടിയടയാളങ്ങൾ ദൈവം കൈമാറുന്നത് കുഞ്ഞുങ്ങളിലൂടെയാണെന്ന് അവന് മാത്രമേ ഒരുപക്ഷേ വേണ്ടതുപോലെ മനസ്സിലായിട്ടുണ്ടാവൂ. അതുകൊണ്ടല്ലേ ശിശുക്കളെ അവന്റെ ചങ്ങാതിമാർ വടി കാണിച്ച് പേടിപ്പിച്ചപ്പോൾ അവരെ തടയരുതെന്ന് ഹൃദയപൂർവ്വം മൊഴിഞ്ഞ് അവരെ നെഞ്ചിലേറ്റിയത്.

നിന്നെ കണ്ടത് അന്ന്, ആ നേരത്താണ്. ശിശുക്കളെ നീ തൊട്ടനുഗ്രഹിക്കുമ്പോൾ അവരോടൊപ്പം ഞാനും വന്ന് നിന്നിരുന്നെങ്കിലെന്ന് ആശിച്ചു പോയി. നൈർമ്മല്യത്തിന്റെ പൂജാബിംബം നടയിറങ്ങിയ എന്റെ ജീവിതത്തിൽ ഇപ്പോൾ ശിശുസഹജമായതൊന്നുമില്ല. ഗൗരവത്തിന്റെ കൊമ്പൻമീശയും കാർക്കശ്യത്തിന്റെ രൗദ്രഭാവവുമല്ലാതെ ഇപ്പോൾ എന്റെ പൊക്കണത്തിൽ ഒന്നുമില്ല. കുട്ടികൾക്കൊപ്പം അവൻ കുട്ടിയും കോലും കളിക്കുന്നതും അവർക്കൊപ്പം ഒളിച്ചുകളിക്കുന്നതും കണ്ടുനിൽക്കേണ്ട കാഴ്ച്ച തന്നെ.

കുഞ്ഞുങ്ങൾക്കിപ്പോൾ ചിത്രശലഭങ്ങളെപ്പോലെ ചിറകു മുളയ്ക്കുന്നു. നീ തേനുള്ള പൂവാകുന്നു. എല്ലാവരും നിന്നിൽ നിന്ന് മധു നുകരുന്നു. ഈ കാഴ്ച ഞാൻ മാത്രമല്ല സ്വർഗ്ഗം പോലും കണ്ടുനിൽക്കുന്നുണ്ട്. ഉള്ളിൽ നൈർമ്മല്യത്തിന്റെ കടലിരമ്പുന്നതും

പുണ്യങ്ങളുടെ പുഷ്പങ്ങൾ ഉടലിൽ വിരിയുന്നതും കണ്ട് എന്റെ വിചാരങ്ങളിലേക്ക് എന്റെ ബാല്യം വിരുന്നെത്തുന്നു. എനിക്കും മടങ്ങണം എന്റെ ആദിനൈർമ്മല്യത്തിലേക്ക്. ജീവിതവിശുദ്ധിയുടെ പുത്തൻ മേലാപ്പുകൾ അണിഞ്ഞുകൊണ്ട് എനിക്ക് നിന്നെ തേടി വരേണ്ട സമയമായിരിക്കുന്നു.

രാത്രി കഴിയാറായി... പുതുപുലരിയിൽ വിടർന്നു നിൽക്കുന്ന മുല്ലമുട്ടു പോലെ എന്നിൽ ശിശു സ്നാനപ്പെടുന്നു. ഇപ്പോൾ അവിടെ ആരുമില്ല. കുഞ്ഞുങ്ങളില്ല, മാലാഖമാരില്ല, എന്റെ സ്നേഹിതനുമില്ല. എവിടെ യാണവർ? അവർ ഇപ്പോൾ സ്വർഗ്ഗത്തിലേക്ക് ഉല്ലാസയാത്ര പോയിരി ക്കുന്നു. എന്റെ കാതുകളിൽ ആരോ വേദം മന്ത്രിക്കുന്നു:

"ശിശുക്കൾ എൻെറ അടുത്തു വരാൻ അനുവദിക്കുവിൻ; അവരെ തടയരുത്. എന്തെന്നാൽ, ദൈവരാജ്യം അവരെപ്പോലെയുള്ളവരു ടേതാണ്." (ലൂക്കാ 18 : 16)

പ്രാർത്ഥനാ പിറാവുകൾ

ഇപ്പോൾ അവനെക്കുറിച്ച് അധികം ആരും പറയുന്നത് കേൾക്കുന്നില്ലല്ലോ? അവൻ ചെയ്ത അത്ഭുതങ്ങളെപ്പറ്റിയോ അവന്റെ അടയാള രീതികളെപ്പറ്റിയോ സംസാരം തീരെ ഇല്ലാതായിരിക്കുന്നു. കുറച്ചുനാൾ വരെ എവിടെയും അവനെക്കുറിച്ചുള്ള വിവരണങ്ങൾ മാത്രമായിരുന്നു. ഇപ്പോൾ അവൻ എവിടെയാണ്? അവന്റെ പ്രാഭവത്തിന് മങ്ങലേറ്റുവോ? പ്രശസ്തിയുടെ കൊടുമുടിയിൽ നിന്നും അവനെ ആരെങ്കിലും തള്ളിയിട്ടുവോ എന്തോ?

അവനെ സ്നേഹിക്കുന്നവരെ പോലെ തന്നെ അവനെ വെറുക്കുന്നവരുമുണ്ട്. അവന്റെ രീതികളോടും സമീപനങ്ങളോടും നീരസം പ്രകടിപ്പിച്ചവർ അവന്റെ നാട്ടിൽത്തന്നെയുണ്ടായിരുന്നു. പ്രവാചകൻ സ്വന്തം ദേശത്ത് അവഗണിക്കപ്പെടുമെന്നതിന്റെ തെളിവായിരുന്നു അത്. അവന്റെ പ്രവർത്തികളെല്ലാം പുച്ഛത്തോടെ നോക്കി നിന്നവരുടെ മുഖത്തെല്ലാം നരകസൈന്യത്തിന്റെ ഇരുളു പടർന്നിരുന്നു. പരിഗണിച്ചില്ലെങ്കിലും അവഗണിക്കാതിരിക്കാമായിരുന്നു അവർക്ക്.

അവന്റെ നാട്ടിൽ അവൻ വരുന്നുണ്ടെന്നറിഞ്ഞ് ഞാനും അവനെ കാണാൻ ഒരിക്കൽ പോയി നിന്നതായിരുന്നു. എന്റെ വിചാരങ്ങളുടെ ലോല തന്ത്രികളിൽ അവൻ പുതിയ വസന്തരേഖകൾ തീർക്കുമെന്ന് കരുതിയാണ് ഞാൻ അവിടെ എത്തിയത്. പക്ഷേ സംഭവിച്ചത് മറിച്ചാണ്. അവർ നിനക്കെതിരെ തിരിയുന്നതും നിന്നോട് അവർ തട്ടിക്കയറുന്നതും കണ്ടപ്പോൾ എനിക്ക് വല്ലാത്ത ഭീതി തോന്നി. നിന്റെ സുവർണ്ണകാന്തിക്ക് മങ്ങലേൽക്കുന്നതായി എനിക്കു തോന്നി. നീ അവരിൽ നിന്നും ഓടിയകന്നത് ഞാൻ നോക്കി നിൽക്കുക മാത്രമേ ചെയ്തുള്ളൂ. നിന്നോടൊപ്പം ഒന്ന് ഓടിയിരുന്നെങ്കിൽ സുവർണ്ണ കാന്തിയിൽ കുളിച്ചു നിൽക്കുന്ന ചെസ്റ്റ്നട്ട് മരം പോലെ ഞാൻ മാറിയേനേ. ബദാമും അത്തിമരവും എന്നിൽ ഇടകലർന്നു വളർന്നേനേ. നിസ്സംഗത പാപമാണെന്നറിഞ്ഞത് അന്നാണ്.

ഇപ്പോൾ നീ എവിടെയാണാവോ? എനിക്ക് ദാഹിക്കുന്നു. ജീവിതം മടുത്തു തുടങ്ങിയിരിക്കുന്നു. ജീവിത സ്വപ്നങ്ങളിലെല്ലാം ചിതലു കയറിയിരിക്കുന്നു. ഒന്നിലും സന്തോഷമില്ലാത്ത ദുർദിനത്തിന്റെ നാളുകളാണ് ഇപ്പോൾ എന്റെ ജീവിതത്തിൽ. അസ്തിത്വ ദുഃഖത്തിന്റെ നീരാളിപ്പിടുത്തത്തിൽ എന്റെ ജീവവൃക്ഷം കടപുഴകി വീഴാൻ തുടങ്ങുന്നു. മിദിയാനിലേക്ക് ഒളിച്ചോടിയ മോശയെ പോലെ ഞാൻ ആരും കാണാതെ ഓടിയകലുന്നത് എങ്ങോട്ടാണാവോ? രാവായാൽ നിഴലും എന്നോടു യാത്ര പറയുന്നു. വിളക്കുമരങ്ങൾ കെട്ടു തുടങ്ങിയിരിക്കുന്നു. അത്താഴ പൂജകൾ മുടങ്ങിയിരിക്കുന്നു. വീണ്ടും ഇരുളിന്റെ കനൽവഴികളിൽ ഞാൻ ഏകനാകുന്നു.

രാത്രിയായത് ഞാൻ അറിഞ്ഞില്ല. വെട്ടം കെട്ട ദേശത്തെ ഓർമ്മിപ്പിക്കുന്ന രാത്രിജീവികൾ ശീൽക്കാരത്തിന്റെ വന്യഭാവങ്ങൾ മുഴക്കി തുടങ്ങിയിരിക്കുന്നു. കുരിശിലേറ്റുന്നവന്റെ അട്ടഹാസങ്ങൾക്കിടയിൽ എന്റെ മേനിയും രുധിരം വിയർക്കുന്നു. മടുപ്പ് ജീവന്റെ വഴികളിലെ കൂർത്ത മുള്ളുകൾ തന്നെ. ജനിച്ച നിമിഷത്തെ പോലും ശപിക്കുന്ന രാത്രിയായിരുന്നു അത്. രാത്രി പിന്നെയും തണുക്കാൻ തുടങ്ങിയിരിക്കുന്നു. പൂവിരിയുന്നതും പുഴയൊഴുകുന്നതും എന്റെ കാതുകളിൽ വന്നു നിറയുന്നു.

അതിനിടയിൽ ഒരു സ്വരം എന്നെ വേവലാതിപ്പെടുത്തുന്നു. കേട്ടു മറന്ന സ്വരം. പ്രാർത്ഥനയുടെ ദേശാടന പക്ഷികൾ കുറുകുന്നു. ആ പ്രാർത്ഥനയുടെ മൊഴികളുടെ ഉറവിടം തേടി ആ ഇരുളിൽ ഞാൻ നടന്നു. അത് അവനായിരുന്നു. എന്റെ പ്രാണപ്രിയൻ. മിഴിപൂട്ടി പ്രാർത്ഥിക്കുന്നവനെ ഞാൻ കണ്ടത് അന്നാണ്. അത്ഭുതങ്ങളുടെ ഉൾവിളികളോ പൂവിളികളോ അവനിൽ ഉണ്ടായിരുന്നില്ല. ഉദയസൂര്യന്റെ സ്വർണ്ണ രശ്മികൾ അവനെ പൊതിഞ്ഞു നിന്നിരുന്നില്ല. മായാവലയങ്ങളോ വർണ്ണങ്ങളോ അവന് അകമ്പടി സേവിച്ചിരുന്നില്ല. അവൻ പ്രാർത്ഥിക്കുക മാത്രമാണ് ചെയ്തത്.

അവനരികിൽ ഇരുന്ന് ഞാൻ എന്നെയോർത്തു. പ്രാർത്ഥനയുടെ പിറാവുകൾ പണ്ടേ എന്നിൽ നിന്നും പറന്നു പോയിരിക്കുന്നു. തിരിച്ചു വരാത്ത മലംകാക്കകളെപോലെ എന്നിൽ പ്രാർത്ഥനയുടെ പൂജാമുറി ഞാൻ തന്നെ പൂട്ടിയിട്ടിരിക്കുന്നു. അപകടങ്ങൾ വിരുന്നു വന്നതിന്റെ കാരണം നിലച്ച പ്രാർത്ഥനകളാണെന്ന് നീ ഇപ്പോൾ എന്നെ ബോധ്യപ്പെടുത്തുന്നു. എത്ര ഒഴുകിയാലും തീരാത്ത ഒരു ശാലീന നദി നിന്നിൽ ഒഴുകിയിരുന്നത് പ്രാർത്ഥന നിരതമായ മനസ്സ് നിന്നിൽ ഉണ്ടായിരുന്നതു കൊണ്ടാണ്.

രാത്രിയുടെ ഉറക്കറയിലേക്ക് താരാട്ടുപാടി കടന്നു പോയതല്ലാതെ രാത്രിപ്രാർത്ഥനകൾ എനിക്ക് അന്യമായിട്ട് നാളുകൾ ഏറെയായിരിക്കുന്നു. എല്ലാറ്റിനും ആശ്ചര്യത്തിന്റെ തിളക്കം നൽകുന്ന പ്രഭാത പ്രാർത്ഥനകൾ ചൊല്ലാൻ മടി കാണിച്ച് പുതപ്പിനടിയിൽ ചുരുണ്ടു കൂടിയപ്പോൾ ജീവിതത്തിന്റെ പ്രസരിപ്പാണ് നശിച്ചതെന്നറിഞ്ഞില്ല.

എന്റെ ദുഃഖങ്ങളുടെ കാരണം നീ എന്നെ ഇപ്പോൾ ബോധ്യപ്പെടുത്തിയിരിക്കുന്നു. വീണ്ടും പ്രാർത്ഥനയുടെ സമാധിയിലേക്ക് എനിക്ക് കടന്നേ മതിയാവൂ. പ്രാർത്ഥനയുടെ പച്ചപ്പുൽത്തകിടിയിൽ കിടക്കുമ്പോൾ പുല്ലോലകൾ കാതിൽ കിന്നാരം പറയാൻ തുടങ്ങും. പ്രാർത്ഥിക്കാൻ ഞാൻ തുടങ്ങുമ്പോൾ ഭൂമിയിൽ യുദ്ധകാലം തീരും. സമാധാനത്തിന്റെ ശാന്തിഗീതം അന്തരീക്ഷത്തെ ഭക്തിസാന്ദ്രമാക്കും. ദൈനംദിന ജീവിതത്തെ ശാന്തമാക്കാൻ, മധുരമാക്കാൻ കൊതിക്കുന്ന ആരും പ്രാർത്ഥന മറക്കാൻ പാടില്ല തന്നെ.

അവൻ പ്രാർത്ഥിച്ചുകൊണ്ടാണ് പ്രവർത്തിച്ചത്. ഞാൻ പ്രാർത്ഥിക്കാതെയും. ഇനിയുള്ള നാളുകൾ പ്രാർത്ഥനയുടെ നാളുകളാവട്ടെ. ആത്മാവിന്റെ രോദനങ്ങൾ നിലയ്ക്കാൻ പ്രാർത്ഥന മാത്രമേ മറുമരുന്നുള്ളൂ. പ്രാർത്ഥന കുറഞ്ഞതുകൊണ്ടാവുമല്ലേ ഞാൻ നിന്റെ ഹൃദയം അറിയാതെ പോയത്? നിന്നെ അനുഭവിച്ചറിയാൻ എനിക്ക് പ്രാർത്ഥനാപൂർവ്വം ഇനി ജീവിച്ചേ മതിയാവൂ. പ്രാർത്ഥനയുടെ ശ്രീകോവിലിലേക്ക് പ്രവേശിക്കാനുള്ള മണിനാദം ഇപ്പോൾ മുഴങ്ങുന്നുണ്ട്.

കിണറ്റിൻകരയിലെ കൂടിക്കാഴ്ച

നട്ടുച്ച നേരത്ത് നസ്രായൻ എന്തിനാണ് ഇങ്ങനെ വെയിൽകൊള്ളുന്നത്? ആർക്കോ വേണ്ടി തണൽ വിരിച്ചു നിൽക്കുന്ന വടവൃക്ഷംപോലെ തോന്നി അന്ന് നിന്നെ കണ്ടപ്പോൾ. വെയിലാറിയിട്ട് നിന്നെ വന്ന് കണ്ട് സംസാരിക്കാമെന്ന് കരുതി ഞാനൊരു മരച്ചോട്ടിൽ പോയിരുന്നു. സ്നേഹിക്കുന്നവർ എന്തു ചെയ്യുന്നു എന്നു കാണാനുള്ള എന്റെ ആകാംക്ഷയാണോ അതോ അപരന്റെ സ്വകാര്യതകളിലേക്കുള്ള എന്റെ കടന്നാക്രമണമാണോ എന്നൊന്നും എനിക്കറിയില്ല. എന്റെ മിഴികൾ നിന്നിലേക്ക് മാത്രമായിരുന്നു.

അപ്പോൾ ഏകദേശം ആറാം മണിക്കൂറായിരുന്നു. ആ സമയം ഒരു സമരിയാക്കാരി ആ വഴി വരുന്നതായി എനിക്കു തോന്നി. എന്റെ തോന്നലാവുമെന്ന് കരുതി ആദ്യം ഞാൻ ശ്രദ്ധിച്ചില്ല. കാരണം ഈ നട്ടുച്ചയ്ക്ക് സമരിയക്കാരെന്നല്ല ആരും ആ വഴിയിലൂടെ കടന്നു പോയിരുന്നില്ല. അത്രമേൽ അസഹ്യമായ ചൂട് അവരെ കീഴ്പ്പെടുത്തുമായിരുന്നു. അവൾ ആ കിണറ്റിനടുത്തേക്കാണ് വരുന്നത്. അവളുടെ കൈയിൽ ഒരു കുടവുമുണ്ട്. വെള്ളം കോരാൻ ഇവൾ ഈ അസമയത്ത് എന്തിന് വന്നു എന്നാലോചിച്ചപ്പോഴാണ് അവളുടെ മുഖത്തേക്ക് ഒന്നു കൂടെ ഞാൻ നോക്കിയത്.

ഇവൾ മറ്റു സ്ത്രീകളിൽ നിന്നും വ്യത്യസ്തയായവൾ. ശരീരത്തിന്റെ സാധ്യതകളെ ചൂഷണം ചെയ്യുന്ന പ്രണയചഷകങ്ങളാൽ അനേകരെ വഴിതെറ്റിച്ചു കൊണ്ടിരിക്കുന്നവൾ. അവൾക്ക് ഈ നട്ടുച്ച നേരത്തേ വരാൻ കഴിയൂ. ഞാൻ ആത്മഗതം ചെയ്തു. കാരണം സാധാരണ സ്ത്രീകൾ വരുന്ന സമയത്ത് ഇവൾ വന്നാൽ അവർ ഇവളോട് നൂറു ചോദ്യങ്ങൾ ചോദിക്കും. നീ ഇന്നലെ ആരുടെ കൂടെയായിരുന്നു കിടന്നത്, നിനക്ക് എത്ര ഭർത്താക്കന്മാരുണ്ട്, എത്ര കാമുകന്മാരുണ്ട് എന്നൊക്കെ. ഈ ചോദ്യങ്ങൾക്കെല്ലാം ഉത്തരം പറയാൻ ഇഷ്ടമില്ലാത്തതുകൊണ്ടാണ് അവൾ ഈ സമയം തിരഞ്ഞെടുത്തത്.

അവളുടെ മേനിയഴകിന്റെ ചില്ലയിൽ എനിക്കും ഊയലാടാൻ ആഗ്രഹങ്ങളേറുന്നു. ശരീരകാമനകളുടെ പ്രണയവൃക്ഷം എന്നിലും തളിർക്കാൻ തുടങ്ങിയിരിക്കുന്നു. എന്നിൽ ഞാൻ തന്നെ ഒളിപ്പിച്ചു വെച്ച എന്റെ ചില സ്വകാര്യ ഇഷ്ടങ്ങളിലേക്ക് എന്റെ മനസ്സ് ഇതാ അധഃ പതിക്കുന്നു. എന്റെ ആത്മാവിന്റെ ആഴങ്ങളിൽ വേരാഴ്ത്തുന്നത് ശുദ്ധ സ്നേഹത്തിന്റെ വിത്തുകളായിരുന്നില്ല. പിന്നെയോ ശരീരതൃഷ്ണ കളുടെ കാട്ടുകനികളായിരുന്നു. എന്റെ ജീവവേരുകളിൽ പോലും തെളിഞ്ഞു നിൽക്കുന്നത് ജഢികപാപങ്ങളുടെ നീല വർണ്ണങ്ങളാണ്.

ഒരിക്കൽ അവളെ തേടി ഞാൻ ആ പാപത്തറയിലേക്ക് പോയിട്ടുണ്ട്. പരിചിതരെ കണ്ടതുകൊണ്ടു മാത്രം തിരികെ നടന്ന പോഴനാണ് ഞാൻ. അന്വേഷിയാണ് ഞാൻ എന്നത് എന്റെ കപടതയാണ്. മറച്ചു പിടിച്ചി രിക്കുന്നതെല്ലാം ഇന്ദ്രിയങ്ങളുടെ മാറാപ്പുകളാണ്. നിമിഷസുഖങ്ങളുടെ വേലിയേറ്റത്തിൽ ഞാൻ എന്നെത്തന്നെ എത്രയോ തവണ മറന്നു പോയിരിക്കുന്നു. വീണ്ടും ഒരേ പാപത്തിന്റെ തീച്ചൂളയിൽ ഞാൻ വീണു പോയിരിക്കുന്നു. വാക്കുകൾ കൊണ്ടു മാത്രമാണ് പ്രിയനേ, ഞാൻ നിന്നെ തേടുന്നത്. പ്രവർത്തികളിലൊന്നും നീയില്ല, നിന്നോടുള്ള സ്നേഹ വുമില്ല. ആ അത്തിവൃക്ഷത്തെ ശപിച്ചതുപോലെ നീ എന്നെ ശപിക്കുക. ഇലകൾ മാത്രമുള്ള പച്ച മനുഷ്യനാണ് ഞാൻ. വിശുദ്ധിയുടെ തീർത്ഥക്കുളത്തിൽ വിഷം കലർത്തിയ മഹാപാപിയെ നീ ശപിക്കുക. നിന്റെ മുൻപിലേക്ക് വരുന്ന അവളേക്കാൾ പിഴയാണ് ഞാൻ. അവൾ ആഹാരത്തിനു വേണ്ടി ശരീരം വിൽക്കുമ്പോൾ ഞാൻ എന്റെ സ്വാർത്ഥ തയ്ക്കു വേണ്ടി എന്നെ തന്നെ വിൽക്കുന്നു. ബ്രഹ്മചര്യത്തിന്റെ നൂലുകൾ പൊട്ടിച്ച എനിക്ക് ഇനി മാപ്പു വേണ്ട. പ്രകൃതിയുടെ ചതപ്പു നിലങ്ങളിലേക്ക് ഞാൻ മടങ്ങിക്കൊള്ളാം. ഉന്നതസ്വപ്നങ്ങൾ ഞാൻ ഉപേക്ഷിച്ചു കൊള്ളാം.

നിന്നെ അനുഗമിക്കാനുള്ള യോഗ്യതയെനിക്കില്ല. പൊട്ടക്കിണറുകളെ മാത്രമേ ഞാൻ കണ്ടിട്ടുള്ളൂ. ചളിയിൽ കളിക്കുന്ന പന്നിക്കുട്ടിയെ പോലെ ഞാൻ വീണ്ടും തരംതാഴുന്നു. തവിടു തിന്നുന്ന ധൂർത്തപുത്രന്റെ ഗതികിട്ടാ പ്രേതം എന്നിൽ പരകായ പ്രവേശം നടത്തിയിരിക്കുന്നു. പാപത്തിന്റെ ഫലം മരണമാണെങ്കിൽ ആ തൂക്കുമരം ഞാൻ ഏറ്റുവാങ്ങിക്കൊള്ളാം. ഉരുകിത്തിളയ്ക്കുന്ന നോവായി, നൊമ്പരമായി ഇനി എനിക്ക് ജീവിക്കണ്ട.

എത്രയോ ജന്മങ്ങളെയാണ് ഞാൻ നശിപ്പിച്ചിട്ടുള്ളത്. എത്രയോ വാഗ്ദാനങ്ങളാണ് ഞാൻ അവർക്കെല്ലാം നൽകിയത്. അല്പനേരത്തെ സുഖത്തിനുവേണ്ടി കടിഞ്ഞൂൽ അവകാശം നഷ്ടപ്പെടുത്തിയ ഏസാവിനെ പോലെ ഞാൻ എല്ലാം നശിപ്പിക്കുകയായിരുന്നു. പെണ്ണഴ കിന്റെ മാസ്മരികതയിൽ ഓംകാരമറിയാൻ ഞാൻ മറന്നു പോയിരി ക്കുന്നു. ഇപ്പോൾ എന്നിൽ ഉന്മാദനൃത്തം ചവിട്ടുന്നത് ഞാൻ നശിപ്പിച്ചു

കളഞ്ഞ ജന്മങ്ങളുടെ കബന്ധങ്ങളാണ്. രാത്രിയുടെ മറവിലിരുന്ന് ശരീരത്തെ സത്രമാക്കുമ്പോൾ എനിക്ക് പറയാൻ ന്യായങ്ങളേറെയായിരുന്നു. മനസ്സിന്റെ ജാലകവാതിലുകളടച്ച് ഞാൻ എന്റെത്തന്നെ മാംസത്തെ തീൻമേശയിൽ വിളമ്പുകയായിരുന്നു. ഇപ്പോൾ എന്റെ വിയർപ്പിൽ പോലും ചാവുമണങ്ങൾ തളം കെട്ടി നിൽക്കുന്നു.

ഇപ്പോൾ ഞാൻ മനുഷ്യനല്ല, പുഴുവാണ്. അനേകം ചിത്രശലഭങ്ങളുടെ വർണ്ണച്ചിറകുകളെ നശിപ്പിച്ച്, ഒടുവിൽ എന്റെ മാലാഖച്ചിറകിനേപ്പോലും തീയിൽ ദഹിപ്പിച്ച് ഞാൻ ഈ പൂഴിമണ്ണിൽ ഇഴയുന്നു. പ്രിയനേ, നിന്റെ സുവിശേഷം പ്രസംഗിക്കുന്ന കാൽപാദം കൊണ്ട് എന്നെയൊന്നു സ്പർശിക്കുക. ശിലയിൽ നിന്നും ശിൽപി രൂപം മെനയുന്നതുപോലെ നീ എന്നെ മെനയുക.

വീണ്ടും ദാഹം. എന്നെ ആ യാക്കോബിന്റെ കിണറ്റിനരികിലെത്തിച്ചു. അവളുടെ പച്ചമാംസത്തിന് വില പറയാൻ ഞാൻ എന്റെ കീശയിൽ നിന്നും നാണയങ്ങൾ തിരയുകയായിരുന്നു. ഇപ്പോൾ അവൾ സ്നാനപ്പെട്ടിരിക്കുന്നു. അവളുടെ മുത്തിച്ചുവപ്പിച്ച ചുണ്ടുകളിൽ അഭിഷേകത്തിന്റെ നാർദ്ദീൻതൈലം കിനിയുന്നു. വേശ്യയിൽ നിന്നും വിശുദ്ധിയിലേക്കുള്ള കൂടിക്കാഴ്ച്ചയായിരുന്നു അത്. ഒരു Encoutering Experience കൊണ്ട് അവൾ അടിമുടി മാറിയിരിക്കുന്നു. അവൻ അവളെ വാക്കുകൾ കൊണ്ട് തിരുത്തിയെഴുതി. ശരീരത്തേക്കാൾ ആത്മാവ് വലുതാണെന്നും ജഡികസുഖങ്ങളേക്കാൾ സ്വർഗ്ഗസുഖം നിലനിൽക്കുന്നതാണെന്നും ഇപ്പോൾ അവൾക്ക് മനസ്സിലായിക്കാണണം. അവൾ അവനോട് യാത്ര പറയുമ്പോൾ സ്വർഗ്ഗം അവളുടെ വഴികളെ മന്ദാരപൂക്കളാൽ അലങ്കരിക്കുന്നുണ്ടായിരുന്നു. അവൾ ഉപേക്ഷിച്ച കുടം ഇപ്പോൾ എന്നെ നോക്കി പരിഹസിക്കുന്നു. ഉടലിന്റെ തുലാസിൽ ജീവിതം ആടിത്തുടങ്ങിയിരിക്കുന്ന എനിക്ക് ആ പരിഹാസ ചിരിയുടെ അർത്ഥം ഇപ്പോൾ നല്ലതുപോലെ മനസ്സിലാവുന്നുണ്ട്. ദാഹശമനത്തിനു വേണ്ടി കുടം കൈയിലെടുക്കാൻ ഞാൻ വീണ്ടും തുടങ്ങവേ ആരോ അരുതെന്ന് വിലക്കുന്നു. ആ വിലക്കുകൾക്ക് പിന്നിൽ നസ്രായവിശുദ്ധിയുടെ സുഗന്ധം പ്രസരിക്കുന്നുണ്ടായിരുന്നു.

കാഴ്ചകളെ ദർശനമാക്കിയവൻ

എന്റെ ഈ വ്രണിതയാത്രയ്ക്കിടയിൽ ഞാൻ പലതും കണ്ടു. തിരയറ്റ കടലും മുറിവേറ്റ കാടും ഇടനെഞ്ചു പൊട്ടിയ മലയും കണ്ണുനീർ വറ്റിയ പുഴയുമെല്ലാം എന്നെ കാഴ്ചയുടെ കാണാപ്പുറങ്ങളിലേക്ക് കൂട്ടിക്കൊണ്ടുപോയി. എന്നിട്ടും കാണേണ്ടതു മാത്രം ഞാൻ കണ്ടില്ല.

കണ്ണീരൊഴിച്ച് എന്റെ ഹൃദയവിളക്ക് തെളിയിക്കുന്നവനെ ഞാൻ കണ്ടില്ല. അവനെ പല വഴികളിലും ഞാൻ തിരഞ്ഞുവെങ്കിലും എന്റെ കാഴ്ചകളൊന്നും പൂർണ്ണമായിരുന്നില്ല. മനുഷ്യർക്കെല്ലാം മരങ്ങളുടെ ഛായയാണെന്നേ എനിക്ക് തോന്നിയുള്ളൂ. ബുദ്ധികൊണ്ട് ഹൃദയത്തെ വില പറയുമ്പോൾ എന്റെ കാഴ്ചകളിൽ ഇരുട്ടുകയറുന്നത് ഞാൻ പോലും അറിഞ്ഞിരുന്നില്ല. അവന്റെ ദൃഷ്ടികൾ എന്നിൽ പതിഞ്ഞപ്പോഴും ഞാൻ വരാലിനെപ്പോലെ വഴുതിയതിന് കാലം മാത്രം സാക്ഷി.

കണ്ണിന് പൊൻകണിയായ് അവൻ മുന്നിൽ വന്നു നിന്നപ്പോഴെല്ലാം ഞാൻ അന്ധനായി അഭിനയിച്ചു. അഭിനയത്തിനിപ്പോഴും ഒരു കുറവുമില്ല. അന്ധനായി അഭിനയിച്ചപ്പോഴാണ് എനിക്ക് കൂടുതൽ കൈയ്യടിയും സഹായങ്ങളും കിട്ടിയത്. പരസഹായത്തിന്റെ സുഖം ഞാൻ അനുഭവിച്ചത് അന്ധതയുടെ വേഷപ്പകർച്ചയിലായിരുന്നു. വെള്ളെഴുത്താണോ, തിമിരമാണോ എന്നൊന്നും എനിക്കറിയില്ല. ഒന്നെനിക്കറിയാം, അവനെ കാണാൻ എന്റെ കണ്ണുകൾ പാകമായിട്ടില്ല. നീതിസൂര്യനെ നോക്കാനാവാത്ത, ഗതികെട്ടവന്റെ വിലാപങ്ങളിൽ ഞാനും പിറവിയെടുക്കുന്നുണ്ട്.

ഒരിക്കൽ നിന്നെ കണ്ട് എന്റെ കാഴ്ച്ച തെളിച്ചമുള്ളതാക്കാനുള്ള ഒരു സുവർണ്ണാവസരം വീണുകിട്ടിയതായിരുന്നു. കൈയിലിരിപ്പുകൊണ്ടു മാത്രം ഞാൻ അതും തട്ടിക്കളഞ്ഞു. സംഭവം നടക്കുന്നത് ജെറീക്കോയിൽ വെച്ചാണ്. മറ്റേതു ദിവസത്തേക്കാളും തിരക്കിലായിരുന്നു അന്ന് നസ്രായൻ. ആ ദേശം വിട്ടു പോകാനുള്ള തിരക്കിനിടയിലാണ് ഞാൻ നിന്നെ കണ്ടത്. കാഴ്ചകളെ തെളിമയുള്ളതാക്കുന്ന, വികാരങ്ങളെ

വിമലീകരിക്കുന്ന നിന്നെ പരിചയപ്പെടാനുള്ള അഭിവാഞ്ഛ അന്ന് എന്നിലുമുണ്ടായിരുന്നു. ആ സമയത്താണ് തിമേയൂസിന്റെ പുത്രനായ ബർത്തേമിയൂസ്സിനെ ഞാൻ കണ്ടത്.

പരിചയം പുതുക്കാൻ ചെന്നപ്പോഴാണ് അവന്റെ കാഴ്ച നഷ്ട പ്പെട്ട വിവരം അറിഞ്ഞത്. എന്റെ സ്വരം തിരിച്ചറിഞ്ഞ ബർത്തേമിയൂസ് ഒന്നേ എന്നോട് ചോദിച്ചുള്ളൂ. “നീ ആ നസ്രായനെ കണ്ടുവോ?” അവന്റെ ചോദ്യത്തിന് മറുപടി പറയാനായിട്ടില്ല. ഈ വഴിയേ വരുമെന്ന് പറഞ്ഞതുകൊണ്ടാണ് അന്ധനായ ഞാൻ ഇവിടേക്ക് വന്നതെന്ന് ബർത്തേമിയൂസ് പറഞ്ഞു. അവന് അവന്റെ അന്ധതയെക്കുറിച്ചുള്ള ബോധ്യവും കാഴ്ച നേടണമെന്നുള്ള ആഗ്രഹവും വലുതാണെന്ന് മനസ്സിലായി.

ഞാനും എന്റെ കാഴ്ച വീണ്ടെടുക്കുന്നതിനു വേണ്ടി അവനൊപ്പം ഇരുന്നു. ഒന്നെനിക്കറിയാം. എത്ര തിരക്കുണ്ടായാലും പാവങ്ങളെ കാണാതെയും അവർക്കായി എന്തെങ്കിലും ചെയ്യാതെയും എന്റെ പ്രാണ പ്രിയന് കടന്നു പോകാനാവില്ല. അതുകൊണ്ടുതന്നെ ജനക്കൂട്ടത്തിന്റെ പിന്നാലെ പോകാതെ അവന്റെ അരികിൽ ഞാനും ഇരുന്നു.

ഇപ്പോൾ ബർത്തേമിയൂസിനും എനിക്കും ഒരേ അവസ്ഥയാണ്. കാഴ്ച നഷ്ടപ്പെട്ടതിന്റെ ദുരവസ്ഥ. എന്റെ കാഴ്ചകൾ എങ്ങനെ നഷ്ടമായി എന്ന് അവൻ എന്നോട് ചോദിച്ചാൽ ഞാൻ എന്തു മറുപടി പറയുമെന്നായിരുന്നു എന്റെ ചിന്ത. എന്റെ കാഴ്ചകളെ നശിപ്പിച്ചത് ഞാൻ തന്നെയാണ്. രോഗം വന്ന് കാഴ്ച നഷ്ടപ്പെട്ട ബർത്തേമിയൂസിനും സ്വയം അകക്കണ്ണു കുത്തിപ്പൊട്ടിച്ച എനിക്കും തമ്മിൽ ഒരുപാട് അകലമുള്ളതായി എനിക്ക് തോന്നി.

കണ്ണുണ്ടായിട്ടും കാണേണ്ടത് കാണാതെ കാണരുതാത്തത് കണ്ടു കണ്ണുപൊട്ടനായതാണെന്ന് ഞാൻ ആരോടു പറയാൻ? ആരു കേൾ ക്കാൻ? എന്റെ വേഗത കുറഞ്ഞതും ഭാവി നഷ്ടമായതുമെല്ലാം എന്റെ അന്ധതയുടെ ബാക്കിപത്രങ്ങളായിരുന്നു. ഉടനെ ഒരു നിലവിളി ഞാൻ കേട്ടു “ദാവീദിന്റെ പുത്രാ എന്നിൽ കനിയേണമേ!” കണ്ണുണ്ടായിട്ടും ഞാൻ ആ ദാവീദിന്റെ പുത്രനെ കണ്ടില്ല. ഞാനും അവനെ വിളിക്കാൻ ഒരുങ്ങിയപ്പോൾ ആൾക്കൂട്ടം എന്നോടും അവനോടും നിശ്ശബ്ദനാവാൻ കല്പിച്ചു. ഞാൻ നിശ്ശബ്ദനായി, എന്നാൽ അവൻ വാചാലനായി.

ഞാൻ നാട്ടുകാരെ ഭയപ്പെട്ടിരുന്നു. അവരുടെ മുൻപിൽ നല്ലതാണ് ഞാനെന്ന് വരുത്തിത്തീർക്കാൻ പിറന്ന മണ്ണിലൂടെ കടന്നു പോകുന്നവനെ ഞാൻ ശ്രദ്ധിച്ചില്ല. ബർത്തേമിയൂസ് വീണ്ടും ഉച്ചത്തിൽ വിളിച്ചു. അവന് ജനക്കൂട്ടത്തെ ഭയമില്ലായിരുന്നു. അവരുടെ പൊള്ളത്തരങ്ങളെ അവൻ

അന്ധതയുടെ നാളുകളിൽ തിരിച്ചറിഞ്ഞിരുന്നു. ദൈവഹിതം തിരിച്ചറിഞ്ഞ അവനെത്തേടി എന്റെ പ്രിയൻ ചെന്നു. യേശു ചോദിച്ചു: "ഞാൻ നിനക്കുവേണ്ടി എന്തുചെയ്യണമെന്നാണ് നീ ആഗ്രഹിക്കുന്നത്?" അന്ധൻ അവനോട് പറഞ്ഞു: "ഗുരോ, എനിക്ക് കാഴ്ച വീണ്ടു കിട്ടണം." യേശു പറഞ്ഞു: "പൊയ്ക്കൊള്ളുക, നിന്റെ വിശ്വാസം നിന്നെ രക്ഷിച്ചിരിക്കുന്നു." തൽക്ഷണം അവന് കാഴ്ച കിട്ടി.

ഉള്ളുരുകി ബർത്തേമിയൂസ് യേശു നാമം വിളിച്ചപേക്ഷിച്ചപ്പോൾ അവന് ആ രക്ഷകൻ കാഴ്ചയുടെ പുതുപുലരികൾ സമ്മാനിച്ചു. നിശ്ശബ്ദനായിരുന്ന എനിക്കോ? ഇല്ല, ഇനി ഞാൻ നിശ്ശബ്ദനാവില്ല. അവനോട് സംസാരിക്കാൻ ഇനിയും ഞാൻ പഠിക്കേണ്ടിയിരിക്കുന്നു. മുൻവിധികളുടെ മാറാപ്പുകൾ മാറ്റിവെച്ച് ആൾക്കൂട്ടത്തിന്റെ കന്നത്തരങ്ങൾക്ക് കൂട്ടുനിൽക്കാതെ ഞാൻ എന്ന് ജീവിക്കുന്നുവോ അന്നേ എന്റെ അന്ധത മാറുകയുള്ളൂ.

ഞാൻ ആരോടെന്നില്ലാതെ പറഞ്ഞു. എന്റെ ആത്മഗതങ്ങൾക്ക് നഷ്ടബോധത്തിന്റെ രുചിയും മണവും ഉണ്ടായിരുന്നു.

മുൾച്ചെടികളിൽനിന്ന്

എങ്ങനെയാണ് ഞാൻ ഈ മുൾച്ചെടിക്കാട്ടിലെത്തിയത്? ചൂളമടിച്ചു വരുന്ന കാറ്റ് മേനിയെ പൊള്ളിക്കുന്നു. സുഖമില്ലാത്ത ശയ്യയിൽ കിടന്ന് ഉണർന്നവനെപ്പോലെ അന്ന് അസ്വസ്ഥനായിരുന്നു ഞാൻ. കാൽമുട്ടുകൾ പൊട്ടി രക്തമൊലിക്കുന്നുണ്ടായിരുന്നു. കാല് നിലത്തു കുത്താൻ പറ്റാത്ത വേദന. മുൾച്ചെടികൾക്കിടയിൽ എങ്ങനെ പെട്ടുപോയി എന്ന് ഒരു നിശ്ചയവുമില്ല. കീറിയ വസ്ത്രവും വിജനദേശവും വല്ലാതെ ഭയപ്പെടുത്താൻ തുടങ്ങിയിരിക്കുന്നു.

കടൽക്ഷോഭത്തിൽ പെട്ടുപോയ കിളിയുടെ നിലവിളി ആരു കേൾക്കാൻ? കാഴ്ച്ച മങ്ങിയ രാത്രികാലങ്ങൾ മാത്രമായി ജീവിതം തീരുമോ എന്ന സംശയം എന്നെ സന്ദേഹിയാക്കുന്നു. ആൾപ്പെരുമാറ്റമില്ലാത്ത മുൾക്കാട്ടിൽ ചുറ്റും തിരിഞ്ഞ് നോക്കിയപ്പോഴാണ് ഒരാട്ടിൻകുട്ടിയെ കണ്ടത്. ദൈന്യത മുറ്റിയ മുഖഭാവത്തോടെ എന്നെ രക്ഷിക്കണേ എന്ന് ആ കുഞ്ഞാട് എന്നോടാവശ്യപ്പെടുമ്പോൾ എന്റെ തന്നെ രക്ഷ പരുങ്ങലിലാണെന്ന് കുഞ്ഞാടിനോടു തിരിച്ചു ആംഗ്യഭാഷയിൽ മറുപടി നൽകി.

ഒരേ അവസ്ഥയിൽ കിടക്കുന്ന രണ്ട് കുഞ്ഞാടുകൾ. കൂട്ടം തെറ്റിയ കുഞ്ഞാടാവാനാണ് സാധ്യത. ഞാനും അവന്റെ ആലയത്തിൽ നിന്നും പടിയിറങ്ങിയ കുഞ്ഞാടു തന്നെ. പറുദീസാനഷ്ടത്തിന്റെ ഗദ്യകവിതയിൽ എന്റെ പേരും രേഖപ്പെടുത്തിയിട്ടുണ്ടാവും. സമൃദ്ധിയും ഐശ്വര്യവും ലഭിച്ചിട്ടും നന്മതിന്മയുടെ പഴം തേടി അലഞ്ഞ ആദിമാതാപിതാക്കൾ എന്നിലൂടെയും പുനർജ്ജനിക്കുന്നുണ്ട്. ചെയ്ത തെറ്റിനെ ഒളിപ്പിച്ച അവരെപ്പോലെ ഇപ്പോൾ ഈ മുൾക്കാട്ടിൽ ഞാനും ഒളിച്ചിരിക്കുന്നു.

അരുതായ്മകളുടെ വഴികളിലൂടെ സഞ്ചരിച്ചവർക്ക് വിധിക്കപ്പെട്ട ശ്മശാനഭൂമിയായി ആ മുൾക്കാട് എനിക്ക്. ആകാശം പോലും തെളിഞ്ഞിട്ടില്ല. കാർമേഘങ്ങളുടെ ക്രൂരത എന്നെ വിഴുങ്ങുമോ എന്തോ? ഇപ്പോഴാണ് ഞാൻ ശരിക്കും നിസ്സഹായനായത്. ഇനി മുന്നോട്ടു

നടക്കാൻ ത്രാണിയില്ല. എല്ലാ പ്രതീക്ഷകളും എന്നിൽ നിന്ന് വിടവാങ്ങിയിരിക്കുന്നു. നിരാശയുടെ മൂങ്ങകൾ ഇപ്പോൾ തോഴരാവുന്നു. ഞാൻ എനിക്ക് തന്നെ അന്യനാവുന്നു. വിതുമ്പിക്കരയാനോ നിലവിളിക്കാനോ അശക്തനാകുന്നു. എന്റെ കണ്ണുനീർ പൂവുകൾ പെറുക്കിയെടുത്ത് മാല ചാർത്താൻ ഈ വഴിയിൽ ആരും വരാനില്ലെന്ന ചിന്ത മനസ്സിനെ വ്രണപ്പെടുത്താൻ തുടങ്ങിയിരിക്കുന്നു.

സർവ്വപ്രതീക്ഷകളും താറുമാറായ ത്രിസന്ധ്യയിൽ അതാ ഞാനൊരു കാൽപ്പെരുമാറ്റം കേൾക്കുന്നു. വാനാരൂപികളുടെ അകമ്പടിയോടെ ഒരുവൻ ഇതാ ഈ മുൾച്ചെടിക്കാട്ടിലേക്ക് എന്തോ തിരഞ്ഞു വരുന്നു. അവൻ നിശ്ചയമായും എന്റെ പ്രാണന്റെ നോവറിയുന്നവൻ തന്നെ. നഷ്ടപ്പെട്ട കുഞ്ഞാടിനെ തിരഞ്ഞിറങ്ങിയതാണെന്ന് ആദ്യ നോട്ടത്തിലേ എനിക്ക് മനസ്സിലായി. അവന് നൂറാടുകൾ ഉണ്ടായിരുന്നെന്ന് കേട്ടിട്ടുണ്ട്. ആടുകളെ പേരു ചൊല്ലി വിളിക്കുന്ന, അവയ്ക്ക് മുൻപേ നടക്കുന്ന, ചെന്നായ വരുമ്പോൾ ഓടിപ്പോകാത്ത, പുലരിയിൽ ചിറകെട്ടി ആടുകളെ ജലാശയത്തിലേക്ക് നയിക്കുന്ന, അവരുടെ വാക്കുകൾ ശ്രവിക്കുന്ന, അവരെ മുഴുവനായും അറിയുന്ന, ആടുകൾക്ക് വേണ്ടി ജീവൻ ത്യജിക്കാൻ സന്നദ്ധതയുള്ള ഒരിടയനാണവൻ എന്ന കേട്ടു കേൾവി ഇപ്പോൾ ഇതാ അന്വർത്ഥമായിരിക്കുന്നു.

അല്ലെങ്കിൽത്തന്നെ ഏത് ഇടയനാണ് ഇങ്ങനെ ചെയ്യുക? തൊണ്ണൂറ്റി ഒൻപതിനേയും ഉപേക്ഷിച്ച് നഷ്ടപ്പെട്ടു പോയതിനെ തിരഞ്ഞു വരുന്ന ഇവൻ നിശ്ചയമായും നല്ല ഇടയൻ തന്നെ. മുൾച്ചെടിക്കാട്ടിൽ കുരുങ്ങിക്കിടന്ന ആ കുഞ്ഞാടിനെ അവൻ കണ്ടെത്തി. ഓടിപ്പോയി മാറിൽ ചേർത്ത് മൂർദ്ധാവിൽ ചുംബിച്ച് കൂടെ കൂട്ടിയത് എന്നിൽ എന്തെന്നില്ലാത്ത സന്തോഷവും ആശ്വാസവും പകർന്നു എന്നു വേണം കരുതാൻ. മുടന്തുള്ള ആ കുഞ്ഞാടിനേയും പിടിച്ച് നീ ആ മുൾച്ചെടിക്കാട്ടിൽ നിന്നും മടങ്ങുമ്പോൾ ഞാൻ വീണ്ടും തനിച്ചാവുകയായിരുന്നു.

ആ കുഞ്ഞാടിന്റെ പോലും ഭാഗ്യം എനിക്കില്ലല്ലോ എന്നോർത്തപ്പോൾ ഉള്ള് പിടയാൻ തുടങ്ങി. ഇനിയെങ്കിലും എനിക്ക് നിന്നോട് മിണ്ടണം. നിനക്ക് വേണ്ടി അലഞ്ഞതിന്റെ നിർവൃതി ഇനിയെങ്കിലും സ്വന്തമാക്കണം. എല്ലാം നഷ്ടമായ ജീവിതവഴികൾ ഇനിയുണ്ടാവരുത്. അവനെ ഉറക്കെ വിളിക്കാൻ തന്നെ ഞാൻ തീരുമാനിച്ചു. ഉറക്കെ വിളിച്ചപ്പോഴാണ് ഞാൻ അറിഞ്ഞത് എല്ലാം എന്റെ സ്വപ്നമായിരുന്നെന്ന്. സ്വപ്നങ്ങൾക്ക് ചിലപ്പോൾ ജീവിതത്തേക്കാൾ യാഥാർത്ഥ്യബോധമുണ്ടെന്നറിഞ്ഞത് അന്നാണ്. ഉണർവ്വിലും നിദ്രയിലുമെല്ലാം അവനെ തേടുന്നതു കൊണ്ടാവാം ഈ സ്വപ്നവും എന്നെ തേടി വന്നത്. സ്വപ്ന സഞ്ചാരിയായ കാറ്റും കിളിയും എന്റെ ഹൃദയത്തിൽ മാത്രം സൂക്ഷിച്ച് അവനെ തേടി വീണ്ടും ഞാൻ അലയുന്നു. കാലത്തിന്റെ തീരങ്ങളിലൂടെ... സഞ്ചാരിയുടെ തുളുമ്പുന്ന ഹൃദയവിചാരങ്ങളോടെ...

തോൽവിയുടെ രുചിയറിഞ്ഞവൻ

തോറ്റു നിൽക്കുന്ന ശിഷ്യരെ ബലപ്പെടുത്തുന്ന നിന്റെ വാക്കുകേട്ടാണ് അന്ന് ഞാൻ ആ തിരുമുറ്റത്തെത്തിയത്. പഠിച്ച പണി പതിനെട്ടും നോക്കിയിട്ടും അവർക്ക് ആ രോഗിയെ സുഖപ്പെടുത്താനായില്ലെന്ന തിന്റെ സങ്കടവും പരാജയഭീതിയും നിന്റെ ശിഷ്യരുടെ മുഖത്തു ണ്ടായിരുന്നു.

എല്ലാ കളികളും കളിക്കാനുള്ളതാണെന്ന ബാലപാഠം പഠിച്ചു വന്ന ശിഷ്യർക്ക് ഈ കളി പുതിയ അറിവുകൾ പകർന്നു കാണും. ഇടതു വലതു വശങ്ങളിൽ ഇരിക്കട്ടെ എന്ന് ചോദിച്ചു വന്ന അമ്മയുടെ മക്കളും ചുങ്കം പിരിവിൽ വൈദഗ്ധ്യം തെളിയിച്ചവനും മീൻപിടുത്തത്തിൽ റെക്കോർഡ് വിജയം സ്വന്തമാക്കിയവനും തോറ്റവന്റെ കുപ്പായമാണ് ഇപ്പോൾ അണിഞ്ഞിരിക്കുന്നത്. വിശാല വഴികൾ തിരഞ്ഞു വന്നവർ ഇടുങ്ങിയ വഴികളിൽ പരിഭ്രാന്തരാവുന്നു. സന്നിധാനത്ത് ചെല്ലാൻ തോൽവിയുടെ കടമ്പയും കടന്നേ മതിയാവൂ എന്ന് അന്ന് നീ അവരെ പഠിപ്പിക്കുമ്പോൾ എനിക്കും പുതിയ ബോധോദയത്തിന് ആ പാഠങ്ങൾ കാരണമായി.

തോറ്റവനാണെന്നാണ് ബാല്യം മുതലേ ഞാൻ കേട്ടു വളർന്നത്. നിന്റെ ജനനത്തോടെ വീടും പറമ്പും നഷ്ടമായി എന്ന് പരിതപിക്കുന്ന കുടുംബാംഗങ്ങളായിരുന്നു ചുറ്റിനും. വിഷം വാങ്ങാൻ പോലും പണമില്ലാത്ത കുടുംബത്തിൽ പിറന്നവന്റെ മനസ്സിലും ദാരിദ്ര്യം ചേക്കേറിയിരുന്നു. എല്ലാ നഷ്ടങ്ങളും ഏറ്റുവാങ്ങുന്ന അപ്പനും നഷ്ടമറിയിക്കാതെ ജീവിക്കാൻ പാടുപെടുന്ന അമ്മയും ജനിച്ചനാൾ മുതൽ രോഗിയായ കുഞ്ഞുപെങ്ങളും എന്റെ തോൽവിയുടെ കണക്കു പുസ്തകത്തിന്റെ ആദ്യപാഠങ്ങളായിരുന്നു. തോൽക്കാൻ മനസ്സുണ്ടാ യിട്ടല്ല, ഞാൻ തോറ്റത്. രണ്ടും രണ്ടും നാലെന്ന് എണ്ണാനറിയാത്തവന് പഠനവും ഒരു ബാലികേറാമലയായിരുന്നു. മണ്ണു വാരി തിന്നു വിശപ്പട ക്കിയവന്റെ തലയിൽ കളിമണ്ണല്ലാതെ രത്നങ്ങളുണ്ടാവുകയില്ലല്ലോ?

—Sunil Jose

ബാല്യത്തിന്റെ ഓർമ്മകളെല്ലാം നിറം മങ്ങിയ ക്യാൻവാസുകളായിരുന്നു. കടൽക്കാഴ്ചകളിൽ നങ്കൂരമിട്ടിരിക്കുന്ന മനസ്സിൽ വിജയങ്ങളുടെ തിരിനാളം ഒരു കിട്ടാക്കനി മാത്രമായിരുന്നു.

പാരമ്പര്യത്തിന്റെ അന്തസ്സും എടുത്തുപറയാനുണ്ടായിരുന്നില്ല. തറവാട്ടുമഹിമയിലെല്ലാം ദുർമരണങ്ങളുടെ അശനിബാധയുണ്ടായിരുന്നു. അന്യദേവന് പൂജ ചെയ്തതിന്റേയും ആഭിചാരക്രിയകളുടേയും ശേഷിപ്പുകൾ വീട്ടുവരാന്തയിൽ ഇപ്പോഴും പൊടിപിടിച്ചു കിടക്കുന്നുണ്ട്. ഇടറിപ്പോയവരുടെ ചിത്രങ്ങൾക്ക് മുൻപിൽ ആരോ കത്തിച്ച തിരി കരിന്തിരിയായി കത്തുന്നുണ്ട്. പുല്ലാങ്കുഴലിന്റെ നാദമോ വീണാതന്ത്രികളുടെ അകമ്പടിയോ വീട്ടിലുണ്ടായിരുന്നില്ല. അന്നം മുടിഞ്ഞ കുടുംബത്തിന്റെ തലവരയിൽനിന്നും പിറവിയെടുത്ത എന്നിലും ആ ദുശ്ശകുനങ്ങളുടെയെല്ലാം നിഴൽചിത്രങ്ങൾ പൊയ്ക്കാലിൽ ആടുന്നുണ്ട്.

ആരോടു പറയാൻ, ആരു കേൾക്കാൻ? ഒന്നുമില്ലാത്തവന്റെ വേദനകൾക്ക് അറുതികളില്ല സുഹൃത്തേ! എന്റെ പ്രിയന്റെ വംശാവലിയിലും ഇത്തരം ചില അടരുകൾ ഉണ്ടെന്ന് അന്നാണ് ഞാനറിഞ്ഞത്. തലകുമ്പിട്ടു നിന്നിരുന്ന ശിഷ്യരെ നോക്കി നീ പറഞ്ഞതെല്ലാം നിന്റെ പരാജയകഥകൾ മാത്രമായിരുന്നു. നീ അവരിലെ പരാജയബോധത്തെ ചെറുത്ത് തോൽപ്പിച്ചതെല്ലാം നിന്റെ വംശാവലിയിലെ കഥകൾ പറഞ്ഞുകൊണ്ടായിരുന്നു. ഇടറിപ്പോയ ദാവീദിന്റെ വംശത്തിൽപ്പെട്ട എന്റെ കുടുംബത്തിലും തോൽവിയാണെന്ന് പറഞ്ഞു തുടങ്ങിയ നിനക്ക് വാക്കുകളെ നിയന്ത്രിക്കാനാവുന്നുണ്ടായിരുന്നില്ല. സങ്കടങ്ങളുടെ മഹാപ്രഭുവാണ് ഞാനെന്ന് പറയുന്നതിൽ നിനക്ക് തെല്ലും ലജ്ജയുണ്ടായിരുന്നില്ല. ഒന്നോർത്താൽ എന്നേക്കാൾ കഷ്ടമാണ് നിന്റെ ജനനനാളുകൾ.

ഹേറോദേസിന്റെ വാൾമുനയിൽ നിന്നും രക്ഷപ്പെടാനുള്ള തത്രപ്പാടിൽ മേരിക്കും യൗസേപ്പിനും മകന്റെ പല കാര്യങ്ങളിലും ശ്രദ്ധിക്കാൻ കഴിയുമായിരുന്നില്ല. തണുത്ത് മരവിച്ചു പോകുന്ന വഴികളിലൂടെ മുതിർന്നവർക്കുപോലും നടക്കാൻ പ്രയാസമായിരിക്കെയാണ് നീ അവർക്കൊപ്പം യാത്രയായത്. പേരെഴുതിക്കാനും നിയമം പാലിക്കാനും നീയും അഭയാർത്ഥിയായി അലഞ്ഞിട്ടുണ്ട്. തെറ്റിദ്ധരിക്കപ്പെട്ട ഗർഭത്തിന്റെ സമ്മാനമായ സന്തതിയെ സഹപാഠികൾ നോക്കിക്കണ്ടത് അപ്പനില്ലാത്തവനായിട്ടാണ്. ആരാണ് നിന്റെ യഥാർത്ഥത്തിലുള്ള അപ്പനെന്ന ചോദ്യത്തെ നീ നേരിട്ടത് കരഞ്ഞുകലങ്ങിയ കണ്ണുകൾക്കൊണ്ടുമാത്രമായിരുന്നു. തീരെ സൗകര്യമില്ലാത്ത ഒറ്റമുറിയിൽ ബാല്യം ചെലവിട്ടതും നന്നേ ചെറുപ്പത്തിൽത്തന്നെ സംരക്ഷണത്തിന്റെ കുട

നിവർത്തിയിരുന്ന വളർത്തച്ഛന്റെ മരണവും നിനക്കേറ്റ തോൽവികൾ തന്നെ.

ഒരുപക്ഷേ, നീ ഏറ്റവും കൂടുതൽ കരഞ്ഞതും അന്നാവാനാണ് സാധ്യത. ജ്വരക്കിടക്കയിൽ കിടക്കുന്ന 'അപ്പനെ രക്ഷിക്കണേ തമ്പുരാനേ'യെന്ന് നീ മനമുരുകി പ്രാർത്ഥിച്ചിട്ടും ആ പ്രാർത്ഥന ഫലമില്ലാതെയായതിന്റെ തോൽവി നിന്നെ ഭാരപ്പെടുത്തിയിട്ടുണ്ടാകുമോ? 'ചോദിക്കുവിൻ നൽകപ്പെടു'മെന്ന് അമ്മ പഠിപ്പിച്ച പ്രാർത്ഥന മകൻ ഏറ്റുചൊല്ലിയിട്ടും അപ്പന്റെ ജീവനെ നിനക്ക് തിരിച്ചുപിടിക്കാനായില്ല. കൺമുൻപിൽ നിന്നും അപ്പൻ മാലാഖമാരുടെ ലോകത്തേക്ക് യാത്രയായപ്പോൾ നിന്റെ കുഞ്ഞുഹൃദയം എത്രയോ വേദന തിന്നിട്ടുണ്ടാകും.

തോൽവികൾക്കുമേൽ തോൽവികൾ ഏറ്റുവാങ്ങുന്നവർക്ക് എന്റെ പ്രിയൻ എന്നും മാതൃകയാവാനാണ് സാധ്യത. പുത്രനഷ്ടത്തിന്റെ വേദനയിൽ കത്തിയെരിയുന്ന അമ്മ മേരിയെ തനിച്ചാക്കി ദേശാടനത്തിനിറങ്ങുമ്പോഴും നീ തോൽക്കുക തന്നെയായിരുന്നില്ലേ? 'അമ്മയ്ക്ക് കൂട്ടായി ദാ, ഇവരു'ണ്ടെന്ന് പറഞ്ഞ് കൈപിടിച്ചു കൊടുക്കാൻ നിനക്കൊരു സഖിയോ, അപ്പാ എന്ന് വിളിക്കാൻ മക്കളോ ഇല്ലാത്തവൻ നിശ്ചയമായും ജീവിതത്തിൽ തോറ്റു തുന്നംപാടിയവൻ തന്നെ. കട്ടപ്പുറത്ത് അന്തിയുറങ്ങിയും ആകാശനക്ഷത്രങ്ങളോട് കളിപറഞ്ഞും വയലിലെ ചെടികളെ നോക്കി പുഞ്ചിരിച്ചും നടന്നു നീങ്ങുന്ന നിന്റെയുള്ളിൽ തോൽവിയുടെ ശലഭങ്ങളാണ് വട്ടമിട്ടു പറക്കുന്നതെന്ന് ഇപ്പോൾ എനിക്ക് നല്ലതുപോലെ മനസ്സിലാവുന്നുണ്ട്.

സ്വന്തം തോൽവിയെക്കുറിച്ച് ക്ലാസ്സെടുത്തു മടങ്ങുന്ന അധ്യാപകന്റെ വിദ്യാർത്ഥികളിൽ ഇപ്പോൾ കറുത്ത ഫലിതം കേട്ട ഭാവഭേദങ്ങളുണ്ട്. സ്വന്തം തോൽവികളെ മാത്രം ചിന്തിച്ചിരുന്ന് ആരും കാണാതെ കരഞ്ഞിരുന്ന എനിക്ക് എന്റെ പ്രിയന്റെ വാക്കുകൾ വേനലിലെ മഴപ്പെയ്ത്ത് പോലെയായിരുന്നു.

പ്രണയത്തിന്റെ മാതളപ്പഴങ്ങൾ

നഷ്ടസാമ്രാജ്യത്തിന്റെ നിസ്സംഗശിലകളായി മാറുന്ന കലണ്ടറിലേക്ക് നോക്കി ഞാൻ ജീവിതത്തെ പെറുക്കിയെടുക്കുമ്പോൾ ഒരു പ്രണയം എന്നെ എത്തി നോക്കുന്നുണ്ടായിരുന്നു.

ഒരിക്കല്ലെങ്കിലും പ്രണയത്തിന്റെ നാലുമണി പൂക്കൾ വിരിയാത്ത ഉടലുകളുണ്ടാവുമോ? പ്രണയത്തിന്റെ മുന്തിരിത്തോട്ടങ്ങളിലൂടെ ആരെയും ഭയക്കാതെ നടന്ന് നീങ്ങിയ പകലുകൾ ആർക്കാണ് വർണ്ണിക്കാനാവാത്തത്. പ്രണയത്തിന്റെ മാതളപ്പഴങ്ങൾ രുചിച്ച രസനകൾ വീണ്ടും തിരയുന്നത് അതേ കനിയുടെ രുചിഭേദങ്ങൾ തന്നെ.

ആരോടും ഒരു പ്രണയവും തോന്നാത്തവർ മനുഷ്യരോ മാലാഖയോ ആവാൻ ഇടയില്ല. ജീവിതത്തിൽ പ്രണയത്തിന്റെ രസഭാവങ്ങൾ ഇല്ലെങ്കിൽ ജീവിതംപോലെ വിരസമായ മറ്റൊരു കാര്യവും ഈ വാഴ്‌വിൽ ഉണ്ടാവുകയില്ല. ജീവന്റെ നിലനിൽപ്പിന് പ്രണയം അത്യന്താപേക്ഷിതവും അനിവാര്യവുമാണ്.

ഒരു ജീവിതത്തിന്റെ മുമ്പോട്ടുള്ള ഉടമ്പടിക്കായി പ്രണയം നമ്മെ കാത്തു നിൽക്കുന്നുണ്ട്. പ്രണയമുള്ളതുകൊണ്ടാണ് സൂര്യൻ നമ്മെ എരിയിച്ചു കളയാത്തത്? ചുവന്ന ഉടയാടയണിഞ്ഞ പ്രണയത്തിന്റെ സുഗന്ധം ഞാനറിഞ്ഞത് നിന്നെ തേടി അലയാൻ തുടങ്ങിയപ്പോഴാണ്. പെയ്തു വീഴുന്ന മഴയിലും മഞ്ഞുകാറ്റിലും നീ പ്രണയത്തിന്റെ രൂപഭാവങ്ങൾ കൈക്കൊണ്ടിരുന്നു. മരവിച്ച മുക്കുവനു മുന്നിൽ മീൻ ചാടിച്ചാവാൻ കാത്തിരിക്കുന്നതുപോലെ എന്റെ മരവിച്ച മനസ്സിൽ നീ കവിതയാവുകയായിരുന്നു.

കുഞ്ഞുനാളിലെ ദാവണിപ്പെണ്ണിനോടു തോന്നിയ കുഞ്ഞുപ്രണയമല്ല ഇപ്പോൾ എനിക്ക് നിന്നോട്. മുഗ്ധ പ്രണയത്തിന്റെ മൂർദ്ധന്യതയിലാണ് ഞാനിപ്പോൾ. കൽഭരണികളിലെ വക്കോളം നിറഞ്ഞ് കവിഞ്ഞ പുതുവീഞ്ഞ് കുടിച്ചവനെപ്പോലെ എന്നിൽ നീ ലഹരിയാവുന്നു. നാഡീഞെരമ്പുകളിലൂടെ ഇപ്പോൾ ഒഴുകുന്നത് നിന്നോടുള്ള പ്രണയത്തിന്റെ വർണ്ണാക്ഷരങ്ങളാണ്.

കാരണമില്ലാതെയാണ് ഞാൻ നിന്നെ പ്രണയിക്കുന്നത്. എന്തിനു വേണ്ടിയാണ് ഞാൻ നിന്നെ തിരയുന്നതെന്നു പോലും എനിക്കറിയില്ല. നിന്നോടൊപ്പം നൃത്തം ചെയ്യാനോ നിന്നോടുകൂടെ അത്താഴമുണ്ണാനോ അല്ല ഞാൻ കൊതിക്കുന്നത്. അതിനുമൊക്കെ അപ്പുറത്തുള്ള ഒരു സമാഗമം ഞാൻ എന്റെ പ്രണയത്തിൽ കാണുന്നുണ്ട്.

കണ്ടെത്തിക്കഴിഞ്ഞാൽ പിന്നെ പ്രണയമില്ലെന്ന് പറയുന്നത് നേരാണ്. ഞാൻ നിന്നെ ഇപ്പോഴും കണ്ടെത്തിയിട്ടില്ല. വെള്ളത്തിനു മുകളിലൂടെ നീ നടക്കുന്നത് ഞാൻ കണ്ടിട്ടുണ്ട്. തളർവാതരോഗിയെ മാൻപേടയാക്കി മാറ്റുന്നത് ഞാൻ അനുഭവിച്ചറിഞ്ഞിട്ടുണ്ട്. വഴിയും സത്യവും ജീവനുമാണ് നീയെന്ന് പറയുന്നത് കേട്ടിട്ടുണ്ട്. പക്ഷേ ഒരിക്കൽപോലും ഞാൻ നിന്നോട് എന്റെ പ്രണയരഹസ്യം ഇതു വരെയും പങ്കുവെച്ചിട്ടില്ല. കോവിലകത്തെ പവിഴമല്ലിയും കോടിയുടത്ത സന്ന്യാസിമാരും കുട ചൂടി നിൽക്കുന്ന ഒരു പ്രഭാതത്തിൻ ഞാൻ എന്റെ പ്രണയം നിന്നെ അറിയിക്കും. അന്നെങ്കിലും നീ എൻ പ്രണയം തിരിച്ച റിയണേ എന്ന പ്രാർത്ഥനയുണ്ടെന്നിൽ. മരണത്തിന്റെ മാലാഖ എന്നെ തേടി വരും മുൻപേ ഒരു തവണയെങ്കിലും എന്റെ പ്രണയം എനിക്ക് നിന്നെ അറിയിക്കണം. കലണ്ടറിൽ പ്രണയത്തിന്റെ വട്ടം വരച്ചു സൂക്ഷിക്കാൻ കണ്ണടയും മുൻപേ എനിക്ക് കഴിയണേ എന്ന് എഴുതി ഞാൻ നിദ്രയിലേക്ക് വഴുതി. ചാരത്താരുമില്ലാത്തവന്റെ പ്രണയ സ്വപ്നങ്ങൾക്ക് നാവോറുപാടുവാൻ ആരുണ്ട് പാരിൽ?

അവനെ പ്രണയിക്കാനുള്ള കാരണങ്ങൾ

പ്രിയനെ നിന്നിലേക്കുള്ള എന്റെ പ്രയാണം ഒരിക്കലും അവസാനിക്കാതിരിക്കട്ടെ. നിന്നെ അന്വേഷിക്കാതെയുള്ള എന്റെ യാത്രകൾ സഫലമാവുകയില്ലെന്ന ബോധ്യം നീ എനിക്ക് നൽകണമേ. നിന്നെക്കുറിച്ചോർക്കാതെയും നിന്നെക്കുറിച്ചു മൊഴിയാതെയും ഞാൻ മയങ്ങുന്ന നേരം എന്നിൽ മൗനത്തിന്റെ തടവറകൾ രൂപപ്പെടട്ടെ. നിനക്കായി തുടിക്കുന്ന മനസ്സ് നഷ്ടപ്പെടുന്നുണ്ടെങ്കിൽ നീ എന്നെ പൊട്ടാത്ത ചങ്ങലകളാൽ ബന്ധിക്കുക. നിന്റെ ബന്ധനം എന്റെ മോചനമാണെന്ന് എന്റെ ആത്മാവ് പറയുന്നുണ്ട്.

പ്രിയനേ, നിന്നെ ഞാൻ എങ്ങനെ പ്രണയിക്കാതിരിക്കും? എന്റെ ജീവശ്വാസമല്ലേ നീ! നിന്നെ പ്രണയിക്കാൻ എനിക്ക് കാരണങ്ങൾ ഏറെയാണ്. അവയിൽ ചിലതെങ്കിലും ഞാൻ ഈ യാത്രയിൽ ഓർത്തെടുക്കട്ടെ. നിനക്കറിയാമല്ലോ എനിക്ക് നിന്നോടുള്ള സ്നേഹം. ഞാൻ നിന്നെ കാണുന്നതുപോലെ നീ എന്നെയും കാണുന്നുണ്ടെന്നറിയാം. എങ്കിലും എന്നിലെ ചില കുറവുകളും സ്നേഹരാഹിത്യങ്ങളുമാകാം നമ്മെ കൂടുതൽ അടുപ്പിക്കാത്തത്. എങ്കിലും നിന്നെ പ്രണയിക്കുന്ന വിവരം ഞാൻ വിളിച്ചു പറയാൻ ആഗ്രഹിക്കുന്നു. ആരെങ്കിലും അതുകേട്ട് നിന്നോട് എന്റെ പ്രണയരഹസ്യമറിയിച്ച് നിന്റെ വിശുദ്ധകൂടാരത്തിലേക്ക് എന്നെ പ്രവേശിപ്പിക്കുമാറാകട്ടെ. ഒഴുകിവരുന്ന കുളിർക്കാറ്റിലും രാത്രിയിലെ നിറഞ്ഞ നക്ഷത്രക്കൂട്ടങ്ങൾക്കിടയിലും നീ എന്ന പ്രണയ നക്ഷത്രത്തെ ഞാൻ തിരിച്ചറിയുന്നുണ്ട് സുഹൃത്തേ.

പുതുജീവന്റെ നറുമണം

ചെയ്ത തെറ്റിന്റെ ഭാരവും നെഞ്ചിലേറ്റിയാണ് അവൾ ആ ഫരിസേയരിൽ ഒരുവന്റെ വീട്ടുവളപ്പിലേക്ക് വന്നത്. ഞാനും അന്ന് അവിടെയുണ്ടായിരുന്നു. നീ വരുമെന്നറിയുന്നിടങ്ങളിലെല്ലാം നിന്റെ നിഴലാവാൻ ഇപ്പോൾ എനിക്ക് മടിയില്ലാതെയായ വിവരം കൂടെ നിന്നെ അറിയിക്കാൻ എനിക്കാഗ്രഹമുണ്ട്. പക്ഷേ ഞാൻ ഒളിവിലാണെന്ന് മാത്രം. നിന്റെ കൺവെട്ടത്തുണ്ടായിട്ടും ഒളിഞ്ഞിരിക്കുന്നതിന്റെ അപമര്യാദകളെല്ലാം എന്നെ വേട്ടയാടുന്നുണ്ടെങ്കിലും അതൊന്നും ഗൗനിക്കാതെ തന്നെയാണ് ഞാനും ആ ഊട്ടുമുറിയിലെ ഒഴിഞ്ഞ കോണിൽ ഇരുന്നത്.

നീ വരുന്നതിന്റെ മുഴുവൻ ഗമയും ആ വീട്ടിലുള്ളവർ പ്രദർശിപ്പിക്കുന്നുണ്ടായിരുന്നു. പണക്കാരോട് ദരിദ്രർക്ക് തോന്നുന്ന അവജ്ഞയാവാം ഒരുപക്ഷേ എനിക്ക് അവരോട്. എന്തായാലും അവർ വലിയ ആവേശത്തിലാണ്. മുന്തിയതരം ചെമ്മരിയാട്ടിൻകുട്ടിയെ അറുത്ത് നിനക്കവർ വിരുന്നിന്റെ ഉത്സവലഹരിയന്ന് തീർക്കുന്നുണ്ടായിരുന്നു. നിനക്കേറെ ഇഷ്ടമുള്ള വിഭവങ്ങളെല്ലാം അന്ന് ആ വിരുന്ന് മേശയിലുണ്ടായിരുന്നെന്നു തോന്നുന്നു.

നിനക്കുവേണ്ടി അവർ പ്രത്യേകം പണിയിപ്പിച്ച മേശയും കസേരയുമാണ് അന്ന് അവിടെ കിടന്നിരുന്നത്. പുതുമയുടെ പച്ചമണം ആ മരത്തടിയിൽ നിന്നും വിട്ടു പോയിരുന്നില്ല. എല്ലാത്തരം പഴവർഗ്ഗങ്ങളും അവിടെ പലവർണ്ണങ്ങളുടെ തൊടുകുറി ചാർത്തി ഇരിപ്പുണ്ടായിരുന്നു. ഞാൻ ഇന്നോളം കാണാത്ത ചില പഴങ്ങളുടെ രുചി നുകരാൻ എന്റെ മനസ്സിൽ ഒരു വ്യാമോഹമുണ്ടായെങ്കിലും ഞാൻ വന്നിരിക്കുന്നത് ഭക്ഷിക്കാനോ പാനം ചെയ്യാനോ അല്ലാത്തതുകൊണ്ട് ഞാനെന്റെ വിശപ്പിനോട് അടങ്ങുക ശാന്തമാവുക എന്ന് ആഹ്വാനം ചെയ്തു. യജമാനന്റെ കർക്കശ്യമുള്ള ആജ്ഞ കേൾക്കുമ്പോൾ നിശ്ശബ്ദനാകുന്ന വളർത്തുനായയെപ്പോലെ എന്റെ വിശപ്പ് എന്നെ അനുസരിച്ചു. അല്ലെങ്കിൽത്തന്നെ വിശപ്പിനെ തോൽപ്പിക്കാൻ ബാല്യകാലത്ത് തന്നെ

ഞാൻ നല്ലതുപോലെ ശിക്ഷണം നേടിയിരുന്നതിനാൽ അതിലൊന്നും എനിക്കത്ര ശ്രദ്ധയോ കരുതലോ തോന്നിയില്ല.

ക്ഷണിച്ച അതിഥി കൃത്യസമയത്തു തന്നെ വന്നു. നീ ഒരിക്കലും ഒരിടത്തേക്കും നേരം വൈകി വന്ന ചരിത്രം ഉണ്ടായിട്ടില്ലല്ലോ. കാലത്തെയും സമയത്തെയും നിയന്ത്രിക്കുന്നവൻ വൈകുന്നതിൽ അർത്ഥമില്ല. സാധാരണ ഭക്ഷണം കഴിക്കുന്നതിന് മുൻപുണ്ടാകേണ്ട ആചാരങ്ങളൊന്നും അന്ന് അവിടെ കണ്ടില്ല. ഒരുപക്ഷേ അതിനും എന്തെങ്കിലും കാരണം കാണും. ഇനി ചിലപ്പോൾ അതിഥിയെ അപമാനിക്കാനാവുമോ ഫരിസേയൻ ഇങ്ങനെയൊക്കെ പെരുമാറുന്നതെന്ന് ഞാൻ വെറുതെ ചിന്തിച്ചു.

അപ്പോഴും നിന്റെ തിരുമുഖം വെൺശോഭയോടെ തിളങ്ങുന്നുണ്ടായിരുന്നു. നിന്റെ സാന്നിധ്യസുഖത്തിൽ പിന്നെ ഞാൻ ഒന്നും ചിന്തിച്ചില്ല. അപ്പോഴാണ് ഒരു കൊലുസിന്റെ കിലുക്കം. ഏവരേയും അമ്പരപ്പിച്ചുകൊണ്ട് ആ പട്ടണത്തിലെ പാപിനിയായ ഒരുവൾ ആ ഫരിസേയന്റെ വീട്ടിൽ വന്നു കയറി. വിളിക്കാത്ത സദ്യയ്ക്ക് ഇവളെന്തിന് വന്നു എന്ന് ജനം അമ്പരന്ന് നിൽക്കുമ്പോഴേക്കും അവൾ എന്റെ പ്രാണപ്രിയന്റെ പാദത്തിനരികിൽ വന്നു നിന്നു കരയാൻ തുടങ്ങി. എല്ലാവരും അവളെ കളിയാക്കി പരസ്പരം പലതും പറയുന്നുണ്ടായിരുന്നു. ദ്വയാർത്ഥമുള്ള വാക്കുകൾ അവർ, അവൾ കേൾക്കാതെ ഭക്ഷണത്തിനൊപ്പം വിളമ്പുന്നുണ്ടായിരുന്നു. അവളുടെ ശരീരവടിവിന്റെ രഹസ്യവും അവളുടെ തൊഴിലിന്റെ ലാഭവും അവർ എണ്ണിയെണ്ണി പറയുന്നുണ്ടായിരുന്നു. ഇന്നലെവരെ അവൾ ചെയ്ത പാപത്തിന്റെ മുഴുവൻ കുറ്റപത്രവും അവർ എന്റെ പ്രാണപ്രിയനെ അറിയിച്ചു.

എല്ലാമറിയാമായിരുന്നിട്ടും ഒന്നുമറിയാത്തവനെപ്പോലെ ഇരിക്കാനുള്ള നിന്റെ കഴിവിനെ എനിക്ക് അഭിനന്ദിക്കാതിരിക്കാനാവില്ല. എല്ലാം അറിയുന്നവൻ മറുപടികൾക്ക് സമയം കളയാതെ കണ്ണുകൊണ്ട് അവളെ കടാക്ഷിച്ചു. നിന്റെ പാദങ്ങളിൽ അവൾ തന്റെ കഴിഞ്ഞകാല ജീവിതത്തിന്റെ ശാപഭാണ്ഡങ്ങൾ ഇറക്കിവെച്ച് കണ്ണീരിന്റെ നദിയിൽ അവൾ തനിയെ സ്നാനപ്പെടുകയാണെന്ന് നിനക്ക് നല്ലതുപോലെ തോന്നികാണുമല്ലേ. അവൾ നിന്റെ വിരലുകൾക്കിടയിൽ പുരട്ടിയ സുഗന്ധതൈലത്തിന് പുതുജീവന്റെ നറുമണമുണ്ടെന്ന് നിനക്കറിയാമായിരുന്നു. നിന്റെ പാദങ്ങൾ ചുംബിക്കുന്ന അവൾ ഇനി മുതൽ പരിശുദ്ധിയുടെ വെൺപ്രാവാകാൻ ആഗ്രഹിക്കുന്നു എന്ന് മനസ്സിലാക്കിയ എന്റെ പ്രിയൻ അവളുടെ ഇന്നലെകളെ ചികഞ്ഞ് അവളെ മാറ്റി നിർത്താതെ ഇന്നിന്റെ പുണ്യത്തെ മാറോടു ചേർത്തു. നിന്റെ പാപങ്ങൾ ക്ഷമിക്കപ്പെട്ടിരിക്കുന്നു എന്ന ഒറ്റവരിക്കവിതയിലൂടെ നീ അവളെ അന്ന് വീണ്ടെടുക്കുകയായിരുന്നു.

എനിക്ക് നിന്നെ പ്രണയിക്കാൻ ഈ ഒരു കാര്യം മാത്രം മതി. ഞാൻ കണ്ടവരെല്ലാം എന്നെ സ്വീകരിച്ചിരുന്നത് ഒരിക്കലും ഞാനായിട്ടല്ല. എന്റെ ഇന്നലെകളെയാണ് അവർ അന്വേഷിച്ചിരുന്നത്. ഇന്നലെ പെയ്ത മഴയിൽ ഒലിച്ചുപോയ വിശുദ്ധിയുടെയും പുണ്യത്തിന്റെയുമെല്ലാം പേരു പറഞ്ഞ് എന്നെ കുരിശിലേറ്റുന്നവരായിരുന്നു അധികവും.

നീ ഇന്നലെ അങ്ങനെ ചെയ്തില്ലേ? ഇന്നലെ നീ ഇങ്ങനെയല്ലേ പെരുമാറിയത് എന്നൊക്കെ പറഞ്ഞ് എന്നെ പാതാളഗർത്തത്തിലേക്ക് തള്ളിവിട്ടവരാണധികവും. പക്ഷേ ദാ, നീ മാത്രം അവളുടെ കഴിഞ്ഞ കാല ജീവിതപുസ്തകത്തിന്റെ കറുത്ത അധ്യായങ്ങൾ വായിച്ചു നോക്കുക പോലും ചെയ്യാതെ കീറിക്കളഞ്ഞിരിക്കുന്നു. അവളുടെ ചുംബനത്തെ നീ സ്വീകരിച്ചത് വേശ്യയുടെ ചുംബനമായിട്ടല്ല മറിച്ച് പിറന്നു വീണ കുഞ്ഞിന്റെ നൈർമല്യമായിട്ടാണ്.

എനിക്കും നിന്റെ ഹൃദയത്തിൽ ഇടമുണ്ടെന്ന ചിന്ത മാത്രമാണ് എന്റെ യാത്രയുടെ താളം. തെറ്റിൽ വീണുപോയ എന്നെ തെറ്റിദ്ധരിക്കാതെ എന്റെ വിണ്ടുകീറിയ കാൽപ്പാദങ്ങളിൽ നീ മുത്തം വെയ്ക്കുമെന്ന പ്രതീക്ഷയാണ് ഇപ്പോൾ എന്റെ മനസ്സു നിറയെ.

ചതിക്കുകയാണെന്നറിഞ്ഞിട്ടും

യൂദാസ് കള്ളനാണെന്ന് അവന്റെ മുഖത്തു തന്നെ എഴുതിവെച്ചിട്ടുണ്ട്. അവൻ ചതിയനാണെന്ന് മനസ്സിലാക്കാൻ ഒരു ത്രികാലജ്ഞാനവും വേണ്ട. ആ നീചനെ നീ കൂടെക്കൂട്ടിയെന്നും പണസഞ്ചി സൂക്ഷിപ്പുകാരനാക്കി അവനെ നസ്രായൻ ഉയർത്തി എന്നൊക്കെയുള്ള വാർത്ത എന്നെ മാത്രമല്ല ആ നാട്ടിലുള്ള ഏവരെയും അമ്പരപ്പിച്ചു. 'പ്രവാചകന് ഇത്രയും വിവരമേയുള്ളൂ അല്ലേ' എന്ന് നിന്റെ ശത്രുക്കൾ അടക്കം പറയുന്നത് ഞാനും കേട്ടുനിന്നിട്ടുണ്ട്.

സത്യം പറഞ്ഞാൽ നിന്റെ തിരഞ്ഞെടുപ്പുകളോടൊന്നും എനിക്ക് തീരെ യോജിപ്പുണ്ടായിരുന്നില്ല. കൊള്ളപ്പലിശയ്ക്ക് പണം കൊടുക്കുന്നവരും മീനിന്റെ മണമുള്ളവരും ചുങ്കം പിരിച്ച് പറ്റിച്ച് ജീവിക്കുന്നവരെയൊക്കെ നിന്റെ സുഹൃത്തുക്കളാക്കിയതിനെ എനിക്ക് അംഗീകരിക്കാൻ കഴിയുമായിരുന്നില്ല.

എങ്കിലും ഞാൻ സ്നേഹിക്കുന്നത് നിന്റെ ശിഷ്യരെയല്ലല്ലോ എന്ന ആശ്വാസത്തിന്റെ കച്ചിത്തുരുമ്പിലായിരുന്നു എന്റെ യാത്ര. അങ്ങനെ ഒരിക്കൽ യാത്ര ചെയ്യുമ്പോഴാണ് ക്രിസ്തുവിന്റെ ഏതോ പ്രസംഗം കേട്ടുവന്നവൻ അവന്റെ വീടിനു മുന്നിൽ ഇങ്ങനെ എഴുതിയത് ശ്രദ്ധിച്ചത്. നിന്റെ മുഖം ഭംഗിയായി ആ വീട്ടുകാരൻ വരച്ചുവെച്ചിട്ടുണ്ട്. നീളൻ മുടിയും തിളങ്ങുന്ന കണ്ണുകളും ഉയർപ്പിക്കാൻ കഴിവുള്ള നിന്റെ കരങ്ങളും. ആ ചിത്രത്തിന്റെ അരികിൽ ഇങ്ങനെ ഒരു വാക്യം എഴുതിച്ചേർത്തിരിക്കുന്നു. "നിങ്ങളെ സ്നേഹിക്കുന്നവരെ മാത്രം നിങ്ങൾ സ്നേഹിച്ചാൽ അതിലെന്തു മേന്മ?" ഈ വാക്യം ഞാൻ നൂറാവർത്തി കേട്ടിട്ടുണ്ട്. പക്ഷേ, ആദ്യമായാണ് അങ്ങനെ ഒരു വാചകം എഴുതിവെച്ചത് ഞാൻ കണ്ടത്.

വീണ്ടും ആ വായന എന്നിൽ തിരിച്ചറിവിന്റെ മാലാഖയെ സമ്മാനിച്ചു. അവനെന്തിനാണ് യൂദാസിനെ കൂടെ കൂട്ടിയത് എന്ന എന്റെ മണ്ടൻ ചോദ്യത്തിനുള്ള ഉത്തരം കിട്ടി. ഒറ്റിക്കൊടുക്കില്ലെന്നറിയുന്നവനെ കൂടെ കൂട്ടിയാൽ പിന്നെ നീ നീയല്ലല്ലോ? നീ നീയാവണമെങ്കിൽ മനുഷ്യ

പുത്രനാവണമെങ്കിൽ ഒറ്റിക്കൊടുക്കാനിരിക്കുന്നവനേയും നിനക്ക് നെഞ്ചിലേറ്റാനാവണം. തള്ളിപ്പറയാൻ തക്കം പാർത്തിരിക്കുന്നവനും കഞ്ഞി വെച്ചുകൊടുക്കണം. വേദനയുടെ ഗത്സമിനിയിൽ മയങ്ങുന്നവർക്കു വേണ്ടി പ്രാർത്ഥിക്കണം. ഒരു മൈൽ ദൂരം നടക്കാൻ പറയുന്നവനൊപ്പം രണ്ട് മൈൽ ദൂരം നടക്കാൻ പഠിപ്പിച്ചവന്റെ വാക്കുകളിൽ മാത്രമല്ല, പ്രവർത്തികളിലും സ്നേഹത്തിന്റെ മായാത്ത വർണ്ണങ്ങളുണ്ടായിരുന്നു.

ഭാവി മുന്നിൽ കണ്ടു സ്നേഹിക്കുന്നവനാണ് ഞാൻ. എന്റെ ഭാവി സുരക്ഷിതമാക്കാൻ വേണ്ടി മാത്രം ഞാൻ പലരേയും തേടിപ്പിടിച്ചിട്ടുണ്ട്. കൂടെ കൂട്ടിയിട്ടുണ്ട്. ഇപ്പോഴും കൊണ്ടുനടക്കുന്നുണ്ട്. എന്നെ ചതിക്കുമെന്ന ഒരറിവു കിട്ടിയാൽ അവനെ പൊട്ടക്കിണറ്റിലേക്ക് തള്ളിയിടാനുള്ള തന്ത്രങ്ങൾ ഞാൻ മെനഞ്ഞു വെച്ചിട്ടുണ്ട്.

പ്രിയനേ, ഇനിയെങ്കിലും നിന്റെ പ്രണയ കവിതയിലെ ചതിക്കുന്നവരെ ചേർത്തുനിർത്തുന്ന നിന്റെ വരികളുടെ അർത്ഥം നീ എന്നെ പഠിപ്പിക്കണമേ! നിന്നെ പ്രണയിക്കാൻ കഴിയുമോ എന്ന ഭാരം എന്നെ തളർത്തുന്നു.

നിന്റെ ഭാവഭേദങ്ങൾ വർണ്ണിച്ച വൃദ്ധ

പ്രിയനേ, നീയെന്ന അച്ചുതണ്ടിൽ ഭ്രമണം ചെയ്യുന്ന എന്നിൽ ഇപ്പോൾ ജരാനരകൾ ബാധിച്ചു തുടങ്ങിയിരിക്കുന്നു. മുടിയിഴകളിൽ വെള്ളിനൂലുകൾ പ്രത്യക്ഷപ്പെട്ടു തുടങ്ങിയിരിക്കുന്നു. മിഴികളിൽ ഉഴവുചാലുകൾ തെളിഞ്ഞു വരുന്നു. മനസ്സാഗ്രഹിച്ചിട്ടും ശരീരം പ്രതികരിക്കാതായി തുടങ്ങിയിരിക്കുന്നു. കൊയ്ത്തുകഴിഞ്ഞ പാടം പോലെ എന്റെ ശരീരത്തിൽ വിണ്ടുകീറിയ പാടുകൾ കൂടിക്കൂടി വരുന്നു.

വാക്കുകളിലെ വ്രതശുദ്ധി വീണുപോയ്തുടങ്ങുന്നു. കേൾവിക്കുറവും കാഴ്ചക്കുറവും എന്നിൽ വിടപറയലിന്റെ ലക്ഷണങ്ങൾ തീർത്തു തുടങ്ങിയിരിക്കുന്നു. നടത്തത്തിന്റെ വേഗത കുറഞ്ഞിരിക്കുന്നു. കുറവുകളുടെ പര്യായമായി ഞാൻ മാറിയിരിക്കുന്നു. നിറവുകളാവാനായിരുന്നു ഇഷ്ടം. വലുതാവാനും വിജയിക്കാനും വേണ്ടി ഞാൻ നടത്തിയ പടയോട്ടങ്ങൾക്ക് പിന്നിലെ ചാലകശക്തികൾ ഈ മധ്യാഹ്നത്തിൽ എനിക്ക് ഓർമ്മപ്പിശകുകൾ മാത്രം സമ്മാനിക്കുന്നു.

മനസ്സിൽ മാത്രമല്ല അന്തരീക്ഷത്തിലും ഒരു പ്രസരിപ്പു കാണുന്നില്ല. മേഘങ്ങൾ വിഛിന്നമായിരിക്കുന്നു. അന്തരീക്ഷവായുവിൽ ആരോ മരണത്തിന്റെ പുകമണം തീർക്കുന്നു. മഴക്കാലത്ത് പെടുന്നനെ പെയ്യുന്ന മഴ ഇപ്പോൾ ഈ ദേശത്തെ മറന്നുപോയിരിക്കുന്നു. ഞാൻ നടന്നു നടന്നു ക്ഷീണിച്ചിരിക്കുന്നു. അവിടെ വെള്ളം വറ്റിയ ഒരു തടാകം എന്റെ ശ്രദ്ധയിൽപെട്ടു. തടാകത്തിനടുത്ത് വൃദ്ധയായ ഒരു സ്ത്രീയും ഇരിപ്പുണ്ട്. ക്ഷീണം മാറ്റാൻ ആ സ്ത്രീയുടെ സമീപത്തേക്ക് ഞാൻ ചെന്നു. അവൾ എനിക്ക് ഒരു കോപ്പ നിറയെ സൂപ്പ് തന്നു. വിശന്നുവലഞ്ഞ് വരുന്നവന് എന്തും രുചിയുള്ളതാവുമല്ലോ. അതുമാത്രമല്ല അവളുടെ ആ സൂപ്പിന് മറ്റെന്തോ കഥ പറയാനുള്ളതുപോലെ തോന്നി.

"ഇതേതാണ് സ്ഥലം." എന്റെ ചോദ്യത്തെ ആ വൃദ്ധ മറുചോദ്യം കൊണ്ടാണ് നേരിട്ടത്. "സ്ഥലമറിയാതെ യാത്ര ചെയ്യുന്നവനാണോ നീ?

എങ്ങോട്ടാണ് കുഞ്ഞേ നിനക്ക് പോകേണ്ടത്? നിന്റെ യാത്ര തുടങ്ങിയിട്ട് നാളുകൾ ഏറെയായോ? എവിടെയാണ് നിന്റെ സ്വദേശം?"

ഒരു ചോദ്യത്തിന് ആയിരം മറുചോദ്യം ചോദിച്ച വൃദ്ധയോട് എനിക്ക് എന്തെന്നില്ലാത്ത ദേഷ്യം വന്നു. കാര്യം പറഞ്ഞാൽ പോരെ, കൂടുതൽ കാര്യം അന്വേഷിക്കാൻ നിങ്ങളാരാണ് എന്ന് ചോദിക്കാനാണ് തോന്നിയത്. പക്ഷേ ആ ചോദ്യത്തെ ഞാൻ നിശ്ശബ്ദത കൊണ്ടാണ് നേരിട്ടത്. എന്റെ നീരസം മനസ്സിലാക്കിയ ആ വൃദ്ധ ഇത് ജോർദ്ദാൻ നദീതീരമാണെന്നു പറഞ്ഞു.

ജോർദ്ദാൻ; ആ വാക്കു കേട്ടപ്പോൾ ഒരു പൂ ചോദിച്ചപ്പോൾ പൂക്കാലം കിട്ടിയ കുഞ്ഞിന്റെ മുഖഭാവം എന്നിൽ മിന്നിമറിഞ്ഞത് ആ വൃദ്ധ വേഗത്തിൽ തിരിച്ചറിഞ്ഞു. "ജോർദ്ദാനെന്ന് കേട്ടിട്ടുണ്ടോ നീ?" വൃദ്ധ വീണ്ടും ഒരു ചോദ്യം കൂടെ ഉന്നയിച്ചു. ചോദ്യത്തിന് ഞാൻ ഉടനെ മറുപടി നൽകി. "ഉവ്വ് എന്റെ പ്രാണപ്രിയൻ സ്നാനപ്പെട്ട പുണ്യതീർത്ഥമുള്ള തടാകമല്ലേ ആ കാണുന്നത്."

"ആരാണ് നിന്റെ പ്രാണപ്രിയൻ?"

വീണ്ടും ചോദ്യങ്ങൾ വൃദ്ധ ആവർത്തിച്ചുകൊണ്ടേയിരുന്നു. പിന്നീടുള്ള വൃദ്ധയുടെ എല്ലാ ചോദ്യങ്ങൾക്കും മടുപ്പുകൂടാതെ ഞാൻ ഉത്തരം നൽകി. കാരണം എന്റെ പ്രാണപ്രിയനെക്കുറിച്ച് പറയാൻ എനിക്ക് നൂറല്ല ആയിരം നാവാണ്.

"ഓ... നീ പറയുന്നത് ഗലീലിയിൽ നിന്നും വന്ന് സ്നാപകനിൽ നിന്നും സ്നാനം സ്വീകരിച്ച നസ്രായന്റെ കാര്യമാണോ?"

"അതെ." ഞാൻ ഉത്തരം പറഞ്ഞു.

നസ്രായന്റെ സുഹൃത്താണെന്ന് ഞാൻ പറഞ്ഞപ്പോൾ വൃദ്ധ ചോദ്യങ്ങളവസാനിപ്പിച്ച് അവനെ കണ്ടതിന്റെ വിവരങ്ങൾ അക്കമിട്ട് പറയാൻ തുടങ്ങി. എന്റെ പ്രാണപ്രിയനെക്കുറിച്ച് കേൾക്കാൻ ഞാൻ കാതുകൾ വട്ടം പിടിക്കാൻ തുടങ്ങി. ആ വൃദ്ധ ഓർമ്മകൾ അയവിറക്കി.

അന്ന് ആകാശം മറ്റേത് ദിവസത്തേക്കാളും അഴകുള്ളതായിരുന്നു. തെളിഞ്ഞ പ്രഭാതം കണി കണ്ടുകൊണ്ടാണ് ഞാനന്ന് ഉണർന്നത്. ഉണർന്ന് പുറത്തിറങ്ങിയപ്പോഴാണ് മരുഭൂമിയിൽ നിന്നുവന്ന ഒരുവൻ സ്നാനം നൽകുന്നു എന്ന വിവരമറിഞ്ഞത്. അനേകായിരങ്ങൾ അവന്റെ മുൻപിൽ ശിരസ്സ് നമിക്കുന്നുണ്ടായിരുന്നു. വിജാതീയ സ്ത്രീയായ എനിക്ക് ആ കാഴ്ചയുടെയും ആ ശിരസ്സു നമിക്കലിന്റെയും പൂർണ്ണാർത്ഥം അറിവില്ലായിരുന്നു. അവിടെ കൂടിനിന്നവരോട് ചോദിച്ചപ്പോഴാണ് ഇതാണ് ജ്ഞാനസ്നാനം എന്ന് പറഞ്ഞ് അവരും ആ വരിയിലേക്കും ആ പുണ്യകർമ്മത്തിലേക്കും പ്രവേശിച്ചത്.

അല്പനേരം കഴിഞ്ഞപ്പോഴാണ് മറ്റൊരു ദൃശ്യം കണ്ടത്. ആ വൃദ്ധ വാചാലയായി. "സ്നാനം നൽകുന്നവൻ മറ്റൊരുവന്റെ മുൻപിൽ ശിരസ്സ് നമിക്കുന്നു." ഇതെന്തു മറിമായം. ഞാൻ മനസ്സിൽ ചിന്തിച്ചു. എല്ലാവരും അവന്റെ മുൻമ്പിലാണല്ലോ ശിരസ്സു നമിച്ചിരുന്നത്. ഇപ്പോൾ ഈ നിൽക്കുന്നവനാരാണെന്ന് ഞാൻ ചിന്തിച്ചു. ഇവനേക്കാൾ വലിയവനാണോ ഇപ്പോൾ വന്നവൻ.

സ്നാനം നൽകുന്നവൻ ഇങ്ങനെ പറയുന്നത് ഞാൻ കേട്ടു: "ഞാൻ നിന്നിൽ നിന്നു സ്നാനം സ്വീകരിക്കേണ്ടിയിരിക്കെ നീ എന്റെ അടുത്തേക്ക് വരുന്നുവോ?"

അല്പനേരത്തെ നിശ്ശബ്ദതയ്ക്കു ശേഷം അവൻ ഇങ്ങനെ മൊഴിഞ്ഞുകൊണ്ട് സ്നാപകന്റെ മുമ്പിൽ തലകുനിച്ചു:

"ഇപ്പോൾ ഇത് സമ്മതിക്കുക; സർവ്വ നീതിയും പൂർത്തിയാക്കുക നമുക്ക് ഉചിതമാണ്."

അവന്റെ വാക്കുകളിൽ ഋഷിയുടെ ചൈതന്യവും കുഞ്ഞിന്റെ നിഷ്കളങ്കതയും ഉണ്ടായിരുന്നു. വൃദ്ധ തുടർന്നു:

"അയാൾ ആ സ്നാനം സ്വീകരിച്ചയുടൻ ആകാശം പൂ ചൂടുന്നത് ഞാൻ കണ്ടു. ആകാശത്ത് പൂക്കൾ വിരിയാൻ തുടങ്ങുന്നു. ഇന്നോളം കാണാത്ത ഒരു ദിവ്യജ്യോതിസ് അവിടെ പ്രത്യക്ഷപ്പെട്ടു. കാതിൽ തേൻ മഴപോലെ ഒരു നേർത്ത സ്വരവും ഞങ്ങളെ തേടി വന്നു: "ഇവൻ എന്റെ പ്രിയ പുത്രൻ ഇവനിൽ ഞാൻ പ്രസാദിച്ചിരിക്കുന്നു."

ആ വാക്കുകൾ മനുഷ്യന്റേതായിരുന്നില്ല. ഏതോ പ്രസരിപ്പുള്ള സുവർണ്ണ ശലാകയുടെ പ്രസരണമായി തോന്നി. നേരം ഇരുട്ടാൻ തുടങ്ങിയിരിക്കുന്നു. എല്ലാവരും അവരവരുടെ വീടുകളിലേക്ക് മടങ്ങിപ്പോയി. ഞാൻ വിളക്കിൽ തിരിവെച്ച് മുറ്റത്തു നോക്കിയപ്പോൾ ഒരു ജ്യോതിർഗോളം പോലെ ഒരുവൻ ഇരിക്കുന്നു. സ്നാനം സ്വീകരിച്ചവരിൽ ഒരുവനാണെന്ന് ആദ്യകാഴ്ചയിൽ തന്നെ മനസ്സിലായി. അവന്റെ മുന്നിൽ എന്റെ തിരിനാളങ്ങൾക്ക് വെളിച്ചം തീരെ കുറവായിരുന്നു. "എന്തേ പോയില്ലേ" എന്ന എന്റെ ചോദ്യത്തെ അവൻ ഒരു ചെറുപുഞ്ചിരികൊണ്ട് നേരിട്ടു.

ഒന്നുകൂടി സൂക്ഷിച്ചു നോക്കിയപ്പോഴാണ് അവൻ സ്നാപകൻ വാഴ്ത്തിയ, സ്വർഗ്ഗം വർണ്ണിച്ച ലോകരക്ഷകനാണെന്ന പരമസത്യം ഞാൻ തിരിച്ചറിഞ്ഞത്. അവൻ എന്റെ പാഴ്മൺകുടിലിലേക്ക് കയറിയിരുന്നു. അവനെ എങ്ങനെ സൽക്കരിക്കണം എന്നെനിക്കറിയില്ലായിരുന്നു. വിരുന്നുകാരന് നൽകാൻ എന്തെങ്കിലും ഉണ്ടോ എന്ന് തിരക്കി അടുക്കളയിൽ തിരഞ്ഞപ്പോൾ രാവിലെ വെച്ച ബാർളി വെള്ളത്തിന്റെ സൂപ്പ്

തണുത്തിരിക്കുന്നു. വേഗം അടുപ്പിൽ കനലിട്ട് ചൂടാക്കി അവനു കൊടുത്തു. അവൻ മറ്റൊന്നും പറയാതെ അവയെല്ലാം മോന്തിക്കുടിച്ചു.

അവനോട് ഞാൻ സംസാരിച്ചു. സ്നാപകന്റെ മുന്നിൽ മാത്രമല്ല അവൻ എന്റെ മുമ്പിലും തല കുനിക്കുന്നുണ്ടായിരുന്നു. ഞാൻ കണ്ട് പരിചയപ്പെട്ടതിൽ വെച്ച് ഇത്രയും പൗരുഷവും എളിമയുമുള്ള മറ്റൊരു പുരുഷനെയും ഇതുവരെയും കണ്ടിട്ടില്ല. അവന്റെ മുൻപിൽ നിൽക്കുമ്പോൾ ഞാൻ വലുതാവുന്നതായാണ് എനിക്ക് തോന്നിയത്; അവൻ ചെറുതാവുന്നതും. എനിക്കുവേണ്ടി അവൻ ഭൂമിയോളം ചെറുതായെന്ന് എനിക്ക് മനസ്സിലാവുന്നുണ്ടായിരുന്നു. ജോർദാനിൽ നിന്നും ശേഖരിച്ച ചില മാർദ്ദവമുള്ള വെള്ളാരംകല്ലുകൾ എനിക്ക് സമ്മാനിച്ച് അവൻ യാത്രയായി.

ആ കല്ലുകൾ ഇപ്പോഴും തിളങ്ങുന്നുണ്ട്. സൂര്യകാന്തത്തേക്കാളും ഇന്ദ്രനീലത്തേക്കാളും തിളക്കം ആ കല്ലുകളിൽ തെളിയുന്നുണ്ട്. എല്ലാം ഒറ്റശ്വാസത്തിൽ പറഞ്ഞു തീർത്തപ്പോൾ ആ വൃദ്ധ മാലാഖയാവുന്നതു പോലെ എനിക്കു തോന്നി. അവളുടെ ആ കുടിലിൽ ആ കല്ലുകൾ ഇപ്പോഴും മിന്നിത്തിളങ്ങുന്നുണ്ടായിരുന്നു. നിന്റെ സ്നേഹിതനാണെന്ന് പറഞ്ഞ് യാത്ര തിരിക്കാൻ തുടങ്ങിയ എന്റെ കരങ്ങളിലേക്ക് ആ വൃദ്ധ അതിൽ നിന്നും ഒരു വെള്ളാരംകല്ല് എനിക്ക് സമ്മാനിച്ച് എളിമയോടെ, വിനയത്തോടെ ജീവിക്കണമെന്ന യാത്രാമൊഴിയോടെ പറഞ്ഞയച്ചു. വീണ്ടും കാണാമെന്ന് പറഞ്ഞ് യാത്രയാകുമ്പോൾ ചെറുതാകലിന്റെ ബാലപാഠങ്ങൾ ഇനിയും ഞാൻ പഠിച്ചാലേ ക്രിസ്തുവിന്റെ പ്രണയ ലോകത്തേക്ക് പ്രവേശിക്കാനാവൂ എന്ന് ആരോ പറഞ്ഞുതരുന്നതു പോലെ തോന്നി.

സ്വാതന്ത്ര്യത്തിന്റെ പുല്ലാങ്കുഴൽ അവന്റെ കൈയിലുണ്ട്

മനസ്സിന്റെ തടവറയിൽ ഞാൻ മൃതനായിരിക്കുന്നു. അടിമത്തത്തിന്റെ ചങ്ങലകൾ എന്നിൽ കോലാഹലങ്ങൾ മുഴക്കിക്കൊണ്ടിരിക്കുന്നു. അർത്ഥശൂന്യമായ അടിമത്തഭാഷമാത്രം എന്നിൽ വേരാഴുന്നു. കൂട്ടിലടച്ചിട്ട കിളികൾ ഇപ്പോൾ എന്റെ നെഞ്ചകത്തും വിലാപഗാനം പാടാൻ തുടങ്ങിയിരിക്കുന്നു.

ഈ രാവ് തീരുമോ എന്ന് ആർക്കറിയാം? ഇപ്പോൾ കാലൊച്ചകളില്ല. വന്യമായ കാട്ടിലാണ് ഞാനിപ്പോൾ. എങ്ങും നിശ്ശബ്ദത തളംകെട്ടി നിൽക്കുന്നു. എന്റെ അടിമത്തവിചാരങ്ങളെ പൊട്ടിച്ചെറിയാനെന്നപോലെ ഞാൻ ചാരിയിരുന്നിരുന്ന കൊമ്പിൽ നിന്ന് ഒരു കിളിയുടെ സ്വരം കേട്ടു. ആ സ്വരങ്ങളിലെല്ലാം സ്വാതന്ത്ര്യത്തിന്റെ നിമന്ത്രണങ്ങൾ ഉണ്ടായിരുന്നു. ആ കിളിയോട് ഞാൻ സംസാരിക്കാൻ തുടങ്ങി. കിളി എന്നോടും. ആ കിളിനാദം എന്നിൽ പുത്തൻ ഉണർവ്വിന്റെ സുവിശേഷം വിരിയിക്കാൻ തുടങ്ങി. ആ മുറിവാലൻ കിളി എന്റെ പ്രിയനെക്കുറിച്ചാണ് പറയുന്നതെന്ന് ആദ്യമൊഴിയിലെ മനസ്സിലാക്കുന്നുണ്ടായിരുന്നു. വർഷങ്ങൾക്കുമുമ്പുള്ള കഥയാണ് കിളിക്ക് പറയാനുണ്ടായിരുന്നത്.

വലിയ പ്രളയം അന്തരീക്ഷത്തെ ഛിന്നഭിന്നമാക്കിയപ്പോൾ ആ പേമാരിയിൽ എന്റെ കൂടും തകർന്നുപോയിരുന്നു. ആ വഴി വന്ന വേടന്റെ അമ്പ് എന്റെ ചിറകൊടിച്ചുകളഞ്ഞു. വേടന്റെ കൈയിലെ കളിപ്പാവയായി ഞാൻ മാറി. സ്വാതന്ത്ര്യവും സമാധാനവും നഷ്ടപ്പെട്ടു. വേടന് ഞാൻ ഭാരമായി തുടങ്ങിയപ്പോൾ എന്നെ നസ്രത്തിലെ ഒരു ചന്തയിൽ കൊണ്ടുപോയി ലേലത്തിൽ വെച്ചു. വാലു മുറിഞ്ഞ, ചിറകറ്റ എന്നെ ആരും ലേലം ചെയ്തില്ല. വൈകിട്ട് ആശാരിപ്പണി ചെയ്തു ക്ഷീണിച്ച ഒരു തച്ചൻ എന്നെ കണ്ടു. എന്റെ ദൈന്യതയറിഞ്ഞ് ആ വേടന്റെ കരങ്ങളിൽ നിന്ന് വലിയ വില കൊടുത്ത് കൂടോടു കൂടി എന്നെ വാങ്ങിക്കൊണ്ടുപോയി.

വീട്ടിൽ എത്തിയപ്പോൾ തന്നെ എന്റെ ഉടമസ്ഥൻ വിശപ്പടക്കാൻ മുന്തിയതരം ഈന്തപ്പഴങ്ങൾ തന്നു. അയാളുടെ വീട്ടിലുള്ളവരെ

പരിചയപ്പെടുത്തിക്കൊണ്ട് എന്നോട് പറഞ്ഞു: "ഇതെന്റെ പ്രിയതമ, ഇടയപ്പെണ്ണായ മറിയം. ഇവൻ എന്റെ മകൻ ഉണ്ണിമിശിഹാ." മറിയം എന്നെ നോക്കി പുഞ്ചിരിച്ചു. മകന്റെ മുഖഭാവത്തിൻ എന്തോ വിഷാദം നിഴലിച്ചിരുന്നു. എന്റെ വരവ് അവന് ഇഷ്ടമല്ലാത്തതുപോലെ തോന്നി. അവന്റെ അപ്പനായ ആ തച്ചൻ മകനെ നിന്റെ ജന്മദിനത്തിന് സമ്മാന മായി വാങ്ങിയതാണ് ഈ മുറിവാലൻ കിളിയെ എന്നു പറഞ്ഞു പണി ചെയ്തു തയമ്പു വന്ന കൈകൊണ്ട് മകനെ നെഞ്ചിൽ ചേർത്ത് നെറ്റി യിൽ സ്നേഹപൂർവ്വം ചുംബിച്ചു.

മോന് ഈ സമ്മാനം ഇഷ്ടമായില്ലേ എന്ന ചോദ്യത്തിന് അവന്റെ മറുപടി ഇങ്ങനെയായിരുന്നു. "അപ്പച്ചാ, അപ്പച്ചന് എന്നോട് സ്നേഹ മാണെന്നറിയാം. എനിക്കു വേണ്ടിയാണ് ഈ കിളിയേയും കിളിക്കൂടും വാങ്ങിയതെന്നും അറിയാം. പക്ഷേ ഈ മിണ്ടാപ്രാണിയെ നമുക്ക് വേണ്ട അപ്പച്ചാ. ഈ കിളിയുടെ സ്വാതന്ത്ര്യം എന്നത് നമ്മൾ കൂട്ടിലടച്ച് വളർത്തു ന്നതല്ല. ആ കിളിയുടെ സ്വാതന്ത്ര്യം ആകാശമാണ്. പറന്നു കാട്ടിൽ അതിന്റെ ഇണയോടും മാതാപിതാക്കളോടുമൊത്ത് പയ്യാരം പറയു ന്നതാവും അതിനു കൂടുതൽ ഇഷ്ടം. ആ കിളിയുടെ ഇഷ്ടത്തെ നശിപ്പി ച്ചുള്ള സന്തോഷം നമുക്കു വേണ്ട. ആ കിളിയെ നമുക്ക് സ്വതന്ത്രമാക്കാം."

മകന്റ സ്വാതന്ത്ര്യബോധം മാതാപിതാക്കളെ വിസ്മയഭരിതരാക്കി. ദേവാലയത്തിൽ വെച്ച് വേദശാസ്ത്രികളോടു സംസാരിച്ചുകൊണ്ട് നിന്നിരുന്ന മകൻ അന്നും അവരെ പഠിപ്പിച്ചത് സ്വാതന്ത്ര്യത്തിന്റെ പൊൻ പുലരികളെക്കുറിച്ചായിരുന്നു എന്ന് അവർ അപ്പോൾ ഓർത്തുപോയി. അവർ മൂവരും ചേർന്ന് എന്നെ കൂട്ടിൽ നിന്നും പുറത്തെടുത്തു. എന്റെ ഒടിഞ്ഞ ചിറകിൽ അവൻ തൊട്ടപ്പോൾ ആ ചിറകുകൾക്ക് സ്വാതന്ത്ര്യ ത്തിന്റെ പുതുജീവൻ ലഭിച്ചു. അങ്ങനെ പറന്നെത്തിയതാണ് ഈ കാട്ടിൽ. എനിക്ക് സ്വാതന്ത്ര്യം സമ്മാനിച്ച ആ നസ്രായനെ കണ്ടാൽ നിന്റെ അടിമത്തവും മാറുമെന്ന് പ്രിയനേ തേടി നടക്കുന്ന എന്നോട് കിളി പറഞ്ഞവസാനിപ്പിച്ചു.

ആ മുറിവാലൻ കിളി എന്നിൽനിന്നും പറന്നു ദൂരെ മറ്റൊരു മര ക്കൊമ്പിലേക്ക് പോയി. ഞാൻ ആ കാട്ടിൽ എന്റെ പ്രിയന്റെ സ്വാതന്ത്ര്യ ത്തിന്റെ സാമ്രാജ്യത്തിൽ എത്തിച്ചേരാൻ വേണ്ടി പ്രാർത്ഥിച്ചു മയങ്ങി. ആ രാത്രിയിൽ ആരോ പുല്ലാങ്കുഴൽ വായിക്കുന്നുണ്ടായിരുന്നു. ആ വായനയിൽ ഏശയ്യാ പ്രവാചകന്റെ വരികൾ വീണ്ടും കടന്നുവന്നു.

"കർത്താവിന്റെ ആത്മാവ് എന്റെ മേലുണ്ട്.
ദരിദ്രരെ സുവിശേഷം അറിയിക്കാൻ അവിടുന്നു
എന്നെ അഭിഷേകം ചെയ്തിരിക്കുന്നു.
ബന്ധിതർക്ക് മോചനവും അന്ധർക്ക് കാഴ്ചയും
അടിച്ചമർത്തപ്പെട്ടവർക്ക് സ്വാതന്ത്ര്യവും
കർത്താവിന് സ്വീകാര്യമായ വത്സരവും പ്രഖ്യാപിക്കാൻ
അവിടുന്ന് എന്നെ അയച്ചിരിക്കുന്നു."

ആ രാത്രിയിലെ കൂടിക്കാഴ്ച നിക്കദേമൂസ് പങ്കുവെയ്ക്കുന്നു

ആരോ ഇരുളിന്റെ മറവിലൂടെ നടന്നുവരുന്നത് എന്റെ ശ്രദ്ധയിൽപ്പെട്ടു. അവന്റെ ശിഷ്യരല്ല. ആദ്യനോട്ടത്തിൽ തന്നെ എന്തോ ഒരു വശപ്പിശക് ആ നടത്തത്തിലുണ്ടായിരുന്നു. എന്തോ കള്ളത്തരം ചെയ്യാൻ പോകുന്ന വനെപ്പോലെ തോന്നി അവന്റെ വേഷപ്പകർച്ചകൾ. അതുകൊണ്ടുതന്നെ മാറി നിന്ന് ഞാൻ അവനെ സസൂക്ഷ്മം വീക്ഷിക്കാൻ തുടങ്ങി. അവൻ ഈ രാത്രിയിൽ എങ്ങോട്ടാണ് പോകുന്നതെന്നറിയാൻ അവന്റെ പിന്നാലെ അവൻ കാണാതെ ഞാനും നടന്നു. പഴയ ഒരു വീടിന്റെ മുറ്റ ത്തേക്കാണവൻ കയറിപ്പോയത്. കത്തിച്ചുവെച്ച ഒരു റാന്തൽ വെട്ടം അവിടെയുണ്ടായിരുന്നു. ആ റാന്തൽ വെട്ടത്തിന് സമീപം ഇതാ, എന്റെ സ്നേഹിതൻ. എന്റെ പ്രാണപ്രിയനെ കാണാനാണ് അവൻ പോകുന്ന തെന്ന് അപ്പോഴാണെനിക്ക് മനസ്സിലായത്.

ഏറെ യാത്ര ചെയ്തതിനാൽ നല്ലവണ്ണം ഉറക്കം വരുന്നുണ്ടായിരുന്നു. ഇവനെ കാണുന്നതിനു മുൻപ് ഒരു വിധവയുടെ വീട്ടിൽ നിന്നും രണ്ടു കഷ്ണം റൊട്ടിയും വെള്ളവും കുടിച്ചതാണ്. അതുകൊണ്ടുതന്നെ വയറുനിറഞ്ഞിട്ടുണ്ട്. അവരെന്താണ് സംസാരിക്കുന്നതെന്നറിയാൻ ഞാൻ കൂടുതൽ ശ്രദ്ധിച്ചു. അവരുടെ ചുണ്ടനങ്ങുന്നത് മാത്രമാണ് ഞാൻ കണ്ടത്. കുറച്ചുകൂടെ അടുത്ത് പോയാൽ ഒരുപക്ഷേ ആ അപരിചിതൻ എന്നെ സംശയദൃഷ്ടിയോടെ നോക്കിയേക്കാം. അതുകൊണ്ട് ആ ശ്രമം ഞാൻ ഉപേക്ഷിച്ചു.

രാത്രി. നല്ല തണുപ്പുണ്ടായിരുന്നു. കയ്യിൽ കരുതിയിരുന്ന ഒരു പുറംകുപ്പായംകൊണ്ട് നല്ലതുപോലെ പുതച്ചു. ശരീരഭാഗങ്ങളെല്ലാം മൂടത്തക്ക വലിപ്പമൊന്നും ആ കുപ്പായത്തിനുണ്ടായിരുന്നില്ല. അന്ന് ബർത്തേമിയൂസ് സൗഖ്യം കിട്ടാൻ വേണ്ടി ക്രിസ്തുവിനെ സമീപിച്ച പ്പോൾ ഉപേക്ഷിച്ച പുറംകുപ്പായമാണിത്. അവൻ പോയപ്പോൾ ഞാനെ ടുത്ത് എന്റെ പൊക്കണത്തിലിട്ടതായിരുന്നു. ഇപ്പോൾ ഈ പുതപ്പിന്

വാടിയ ഒരു നാറ്റമുണ്ട്. എങ്കിലും ഈ കൊടുംതണുപ്പിനെ അതിജീവിക്കാൻ ഈ പുറംകുപ്പായം സഹായം തന്നെ.

ആരോ തട്ടിവിളിച്ചപ്പോഴാണ് ഞാൻ ഉണർന്നത്. പുലരിയിൽ ഏതോ ദേവാലയത്തിൽ നിന്നും മണിനാദം മുഴങ്ങുന്നുണ്ടായിരുന്നു. മകരമഞ്ഞിൽ കുളിച്ചുനിൽക്കുന്ന ചെടികളും രാത്രിയിൽ വിരിഞ്ഞ പൂവിന്റെ സൗരഭ്യവും ആ പുലരിയെ പുതുമയുടെ പട്ടുടുപ്പിച്ചിരുന്നു എന്നു വേണം കരുതാൻ.

"ആരാണ് നിങ്ങൾ?" ആ അപരിചിതൻ എന്നോടു ചോദിച്ചു. ഞാൻ ഈ നാട്ടുകാരനല്ലെന്ന് മറുപടി പറഞ്ഞു. പിന്നെ എന്തിനു വന്നു എന്ന് അദ്ദേഹം വീണ്ടും ചോദിച്ചു. നസ്രത്തുകാരനായ ഒരു റബ്ബിയെ തിരഞ്ഞു വന്നതാണ് ഞാൻ. എന്റെ പ്രാണപ്രിയനാണവൻ. നിങ്ങൾക്ക് അയാളെ അറിയുമോ? നസ്രത്തുകാരനെ തേടിയാണ് വന്നതെന്ന് പറഞ്ഞപ്പോൾ അദ്ദേഹം എന്നെ നോക്കി പുഞ്ചിരിച്ചു.

ഊണിലും ഉറക്കത്തിലും നിന്നെ അവൻ വേട്ടയാടുന്നുണ്ടല്ലേ. എന്ന് എന്നോട് കുശലം പറഞ്ഞു. അപ്പോഴാണ് ഒരു കാര്യം മനസ്സിലായത്. ഇന്നലെ രാത്രി കള്ളനെപ്പോലെ ആ വീട്ടിലേക്ക് കയറിച്ചെന്നവനാണ് ഇവനെന്ന്. പക്ഷേ, ഇന്നലെ കണ്ടവനെപ്പോലെയല്ല ഇവൻ. ഇവനിൽ ഒരുപാട് മാറ്റങ്ങൾ വന്നിട്ടുണ്ട്. ഇന്നലെ ഇവന്റെ മുഖം വാടിയതായിരുന്നു. ഇന്നിപ്പോൾ ആയിരം സൂര്യഗോളങ്ങൾ ഒന്നിച്ചുദിച്ചതുപോലെ ഇവൻ പ്രകാശിക്കുന്നുണ്ട്. ഇന്നലെ ഇവൻ ആരെയോ ഭയക്കുന്നുണ്ടായിരുന്നു. ഇന്ന് അവനിൽ എന്തെന്നില്ലാത്ത ധൈര്യം കൈവന്നിരിക്കുന്നു. ഇന്നലെ ഇവനെ കണ്ടപ്പോൾ കള്ളനെപ്പോലെയായിരുന്നു. ഇന്ന് അവൻ പുണ്യാളനായിരിക്കുന്നു. എങ്ങനെയാണ് ഒരു രാത്രികൊണ്ട് ഇത്രയും മാറിയതെന്ന് ചോദിക്കണമെന്നുണ്ടായിരുന്നു. പക്ഷേ, ആ ചോദ്യം ചോദിച്ചാൽ നിങ്ങളെന്നെ ഇന്നലെ കണ്ടിരുന്നോ എന്നു ചോദിക്കുമെന്നു കരുതി മിണ്ടിയില്ല. മൗനത്തിന് വിരാമമിട്ടത് അയാൾ തന്നെയായിരുന്നു.

നിങ്ങൾ അന്വേഷിക്കുന്ന ആ നസ്രായനെ ഞാൻ ഇന്നലെയാണ് പരിചയപ്പെട്ടത്. എന്റെ പേര് നിക്കദേമൂസ് എന്നാണ്. അയാൾ സ്വയം പരിചയപ്പെടുത്തി. പ്രീശനായ ഞാൻ യഹൂദരുടെ ഏറ്റവും വലിയ ഭരണസഭയായ സെൻഹെദ്രിനിലെ അംഗമാണ്. (പുരോഹിതന്മാരും പ്രീശരും കുലീനരായ ജനപ്രമാണിമാരും അടങ്ങുന്നതാണ് സെൻഹെദ്രിൻ) സമ്പത്തും പേരും പ്രശസ്തിയും ആവശ്യത്തിലധികം എനിക്കുണ്ട്. ഇയാൾ ഇങ്ങനെ നിർത്താതെ പറയുമ്പോൾ ഞാൻ ഇങ്ങനെ ആലോചിച്ചു. പിന്നെ എന്തിനാണ് നട്ടപ്പാതിരായ്ക്ക് കള്ളനെപ്പോലെ നസ്രായനെ തേടി വന്നത്? ചോദിച്ചില്ല. ചില ചോദ്യങ്ങൾ ചോദിച്ചതിന്റെ ഫലം പലതും

ദുരന്തമായതുകൊണ്ട് ഞാൻ നല്ല കേൾവിക്കാരനെപ്പോലെ അയാളുടെ ചുണ്ടിലേക്ക് മാത്രം നോക്കിയിരുന്നു.

ആകർഷകമാണ് അയാളുടെ മുഖം. ചുണ്ടുകൾക്ക് രക്തനിറമുണ്ടായിരുന്നു. ഭാഷയിൽ ആഢ്യത്വവും പാണ്ഡിത്യവും. എന്റെ ചിന്ത കാടുകയറിയപ്പോൾ അയാളിൽ നിന്നും ഞാൻ തെന്നിമാറിയെന്ന് മനസ്സിലായപ്പോൾ അയാൾ വിഷയം പെട്ടെന്ന് മാറ്റി നസ്രായനിലേക്ക് തിരിച്ചു. എനിക്ക് കേൾക്കേണ്ടത് അവനെയാണ്; അവനെ മാത്രമാണ്. കാണേണ്ടത് അവനെയാണ്; അവനെ മാത്രമാണ്. അയാൾ തുടർന്നു. പ്രീശനായ ഞാൻ ഒരിക്കൽ സെൻഹെദ്രിൻ സംഘത്തിലെ ആരോ പറഞ്ഞാണ് ക്രിസ്തുവിനെക്കുറിച്ച് കേട്ടത്. അവർക്കെല്ലാം അവനോട് എന്തെന്നില്ലാത്ത വെറുപ്പും അറപ്പുമായിരുന്നു. അവൻ കള്ള സന്ന്യാസിയും ആളുകളെ വഴിതെറ്റിക്കുന്നവനും ചില ചെപ്പടിവിദ്യകൾ കാണിച്ചു നടക്കുന്നവനും വാക്കുകൾകൊണ്ട് അനേകരെ കൈയിലെടുക്കാൻ മാത്രം വാക്ചാതുരിയുള്ളവനാണെന്നും കേട്ടു. അവർ ഇങ്ങനെയും അവനെക്കുറിച്ച് പറഞ്ഞു. അവനിൽ ഒരു വിപ്ലവം ഉറങ്ങിക്കിടക്കുന്നുണ്ടെന്നും അവൻ അപകടകാരിയാണെന്നും ഉടനെത്തന്നെ അവനെ നിയമത്തിന്റെ കീഴിലാക്കാൻ ഫരിസേയരും നിയമജ്ഞരും ശ്രമം തുടങ്ങിയിട്ടുണ്ടെന്നും. ഓ... എനിക്ക് കേൾക്കേണ്ട... എന്റെ സ്നേഹിതനെക്കുറിച്ച് ഇങ്ങനെയൊന്നും അപവാദം പറയരുതേ.. എനിക്ക് വാക്കുകൾ കിട്ടാതെയായി... പുലരിമഞ്ഞിൽ ഞാൻ വിറയ്ക്കാൻ തുടങ്ങിയിരുന്നു. പ്രതീക്ഷയറ്റ എന്റെ മുഖം കണ്ട അയാൾ എന്റെ കൈപിടിച്ച് അടുത്തുള്ള ഒരു ചായക്കടയിലേക്ക് കൊണ്ടു പോയി. നിന്റെ കയ്യിൽ മരണത്തോളം തണുപ്പുണ്ടല്ലോ ചങ്ങാതീ. അവന്റെ കരങ്ങൾക്ക് ധൈര്യത്തിന്റെ ചൂടും. നല്ല ഉഷാറുള്ള, കടുപ്പമുള്ള ചായ കുടിച്ചപ്പോൾ തണുപ്പ് ഏറെക്കുറെ അകന്നു തുടങ്ങിയിരുന്നു. എന്റെ പ്രാണപ്രിയനെക്കുറിച്ച് കേട്ട വാക്കുകൾ ഉള്ളിൽ സങ്കടത്തിന്റെ തിരികളെ ആളിക്കത്തിച്ചു.

ഞാൻ വീണ്ടും അവന്റെ വശ്യമായ മുഖത്തേക്ക് നോക്കി. എന്റെ പ്രിയനെ കണ്ട അവന്റെ കണ്ണുകളിൽ ആനന്ദത്തിന്റെ തിരിനാളമുണ്ടായിരുന്നു. അയാൾ ഇങ്ങനെ പറഞ്ഞു. ആ നസ്രായനെക്കുറിച്ച് ഇത്രയും കേട്ടതുകൊണ്ടാണ് നേരിൽ പോയി കാണാൻ തീരുമാനിച്ചത്. എന്റെ സമൂഹത്തിലുള്ളവരും മറ്റു ചില നേതാക്കളും അവനെ കാണാൻ ഞാൻ പോയതെന്തിനാണെന്ന് ആരായുമെന്നറിഞ്ഞതിനാലാണ് ഞാൻ ആരും കാണാതെ രാത്രി അവൻ താമസിക്കുന്ന സ്ഥലം മുൻകൂട്ടി അന്വേഷിച്ച് ചെന്നത്.

എന്റെയുള്ളിൽ അവനോട് സ്നേഹമൊന്നുമായിരുന്നില്ല. മറിച്ച് അവനെക്കുറിച്ച് കേട്ടതെല്ലാം സത്യമാണോ എന്ന് പരീക്ഷിച്ചറിയണം.

അതിനുവേണ്ടിയാണ് രാത്രി ഉറക്കമിളച്ച് ഞാൻ അവിടെ ചെന്നത്. മറ്റുള്ളവരെ വാക്കുകൊണ്ടും പ്രവർത്തികൊണ്ടും മുറിപ്പെടുത്തുന്നവനാണ് അവനെന്നാണ് ഞാൻ കരുതിയത്. അവനും അവന്റെ അനുചരന്മാരും തീവ്രവാദസ്വഭാവമുള്ളവരാണെന്നൊക്കെ കേട്ടിരുന്നതിനാൽ അല്പം ഭയത്തോടെയും ദേഷ്യത്തോടെയുമാണ് അവന്റെ മുന്നിൽ ചെന്നിരുന്നത്.

പക്ഷേ, എന്റെ എല്ലാ ധാരണകളെയും അവൻ ഞൊടിയിടയിൽ തിരുത്തിക്കുറിച്ചു. അല്പനേരത്തെ സംസാരത്തിലൂടെ അവൻ എന്റെ ഹൃദയത്തിൽ മൂല്യങ്ങളുടെ പൂക്കളമാണ് തീർത്തത്. എന്റെ കഴിഞ്ഞ കാലജീവിതത്തെ അക്കമിട്ട് പറഞ്ഞ് ഇനി വീണ്ടും ദൈവപൈതലായി ജനിക്കണമെന്ന് പറഞ്ഞെന്നെ ആശ്ലേഷിച്ചപ്പോൾ അതൊരു സ്വർഗ്ഗീയ ആശ്ലേഷമായി അനുഭവപ്പെട്ടു.

വാക്കുകൾക്കൊണ്ട് മുറിപ്പെടുത്തുകയായിരുന്നില്ല. എന്നിലെ എന്നെ സൗഖ്യപ്പെടുത്തുകയായിരുന്നു. അത്രമേൽ ഹർഷോന്മാദത്താൽ ഞാൻ അവന് മുൻപിൽ ആനന്ദനൃത്തം ചവിട്ടിയെന്ന് ആ പ്രീശന്റെ അനുഭവസാക്ഷ്യം കേട്ടപ്പോൾ എന്റെ നാഡിഞെരമ്പുകൾപോലും തീവ്രാനുരാഗത്താൽ പിടയ്ക്കാൻ തുടങ്ങി. എന്റെ രോമങ്ങളെല്ലാം എഴുന്നേറ്റു തുടങ്ങിയിരിക്കുന്നു. നിന്നെ നേരിൽ കണ്ട അനുഭവമാണ് ആ പ്രീശനിലൂടെ എനിക്ക് ലഭ്യമായത്.

ഇപ്പോൾ എന്റെയുള്ളിൽ ഒരു ദീപമുണ്ട്. അവനുവേണ്ടി ജീവിച്ചു മരിക്കാനുള്ള ജീവന്റെ വെളിച്ചം. അവൻ സത്യമായും ലോകത്തിന്റെ പ്രകാശമാണെന്ന് ഞാൻ തലേരാത്രി അറിഞ്ഞു. ഇത്രയും പറഞ്ഞുകൊണ്ട് വേഗം ആ നസ്രായനെ നിനക്കും കാണാൻ ഭാഗ്യമുണ്ടാവട്ടെയെന്നാശംസിച്ച് ജ്വലിക്കുന്ന ഹൃദയത്തോടെ വെളിച്ചത്തിന്റെ ഉത്സവഭൂമിയിലേക്ക് അവൻ നടന്നകന്നു.

എന്റെയുള്ളിൽ ഇപ്പോഴും ഇരുട്ടാണ്. ഇന്നലെ അവനൊപ്പം നിന്നെ കാണാൻ അവിടെ വന്നാൽ മതിയായിരുന്നു. മറ്റൊരവസരത്തിനായി കാത്തിരിക്കാനല്ലാതെ എനിക്ക് മറ്റു വഴികളില്ല. അന്യന്റെ പുറംകുപ്പായവും ദേഹത്തണിഞ്ഞ് ചെറിയ തണുപ്പിനെപ്പോലും പ്രതിരോധിക്കാനാവാത്ത എന്നോട് എനിക്കുതന്നെ ലജ്ജ തോന്നുന്നു. നിന്നെ ഒരു നോക്കു കാണാൻ ഇനിയെത്ര ദൂരം ഞാൻ പിന്നിടണം? ആ വഴികൾ എന്നെ വീണ്ടുമൊരു യാത്രയ്ക്ക് വിളിക്കുന്നു.

തനിച്ചായവരെ കൂടെ കൂട്ടുന്നവൻ

ഓരോ ദിവസവും മാറിമാറി വരുന്നുണ്ട്. മാനം പിന്നെയും തെളിയുന്നു. വെള്ളിമേഘത്തിന്റെ വരവിൽ നമ്മോടുള്ള പുഞ്ചിരി ആ മേഘക്കീറിൽ ഒളിപ്പിച്ചു വെയ്ക്കുന്നതുപോലെ തോന്നുന്നു. ദൂരെ കാണുന്ന അപരിചിത നാട്ടിലേക്കാണ് ഇനിയുള്ള സഞ്ചാരം. നിന്റെ കാൽപാദങ്ങൾക്ക് പിന്നാലെ അലയാനേ എനിക്ക് യോഗമുണ്ടാകൂ എന്ന തോന്നൽ ഇപ്പോൾ ശക്തമാകുന്നുണ്ട്. ഇത്രനാളും നിന്റെ ചങ്ങാത്തം ദാഹിച്ച് അലഞ്ഞ എനിക്ക് നിന്നോട് ഒരിക്കലെങ്കിലും മിണ്ടാൻ പറ്റിയിരുന്നെങ്കിലെന്നായി ഇപ്പോഴത്തെ വിചാരം. നിന്നെക്കുറിച്ച് പറഞ്ഞവർ അധികമാണ്. പക്ഷേ അവരുടെ ലിസ്റ്റിൽ ഞാൻ തനിച്ചാവുന്നു. ആർക്കും വേണ്ടാത്ത ഒരു പാഴ്ജന്മമായി മാറുന്നതുപോലെ തോന്നാൻ തുടങ്ങിയിരിക്കുന്നു.

നേരം വെളുക്കുന്നതുകൊണ്ട് ഉണരുകയും ഇരുട്ടാവുന്നതുകൊണ്ട് മാത്രം ഉറങ്ങുകയുമൊക്കെ ചെയ്യുന്ന ചില വന്യജീവികളെപോലെ ഞാൻ ജീവിച്ചു തീർക്കുന്നതെന്തിനാണെന്ന ചോദ്യം ഒരു മരീചികപോലെ നിൽക്കുന്നു. പാട്ടും മേളവുമൊക്കെ എന്നേ നശിച്ചിരിക്കുന്നു. ഓർമ്മകളിൽ ഇപ്പോൾ നിറം മങ്ങിയ ജീവിതചിത്രങ്ങൾ ആർക്കോ വേണ്ടി അലയുന്നു. പാവകളിയിലെ പാവയെപോലെ ഞാൻ ചലിക്കുന്നത് എന്തിനു വേണ്ടിയാണെന്ന് എനിക്കു മനസ്സിലാകുന്നില്ല.

സത്യത്തിൽ എനിക്ക് വിഷാദരോഗമാണോ? അതോ ഒന്നും നേടാത്തവന്റെ ആക്രോശങ്ങളാണോ? ഒന്നും അറിയില്ല. എനിക്ക് അൽപ്പം മനസ്സമാധാനം തരുമോ കാലമേ?

ഞാൻ എനിക്കുവേണ്ടി തന്നെ പാടാൻ തുടങ്ങി. ചില മുറിവുകൾ മറക്കാനും വേദന നീക്കാനും കുയിലുകൾ മാത്രമല്ല മനുഷ്യരും പാടും.

> "ആരറിയുന്നെൻ കണ്ണുനീർ പൂവുകൾ
> കാണുന്നില്ലാരുമെൻ മൗനദുഃഖങ്ങളും
> ഏകനായ് അലയുമീ ഏഴതൻ പ്രാർത്ഥന
> കേൾക്കുവാൻ അണയുമോ നിത്യനാം ദൈവമേ...?

തളരുന്നു ദൈവമേ...
ജീവിത ഭാരത്താൽ
തകരുന്നു ദൈവമേ...
ജീവിതദുഃഖത്താൽ
നീറുമെൻ മാനസം നീളുന്ന നൊമ്പരം
ഇന്നു നിൻ സന്നിധേ ഏകുന്നു താഴ്മയായ്...”

എന്റെ പാട്ടു കേട്ടാണോ എന്നറിയില്ല, വേറെ ആരൊക്കെയോ എന്റെ ഗാനം ഏറ്റു പാടുന്നത് കേൾക്കുന്നു ഞാൻ. ആരോ പാട്ടും പാടി വരുന്നുണ്ട്. കരഞ്ഞുകൊണ്ട് ശവമഞ്ചത്തിനു പിന്നിലായ് ഒരു സ്ത്രീയും. അവളുടെ കുഞ്ഞ് മരിച്ചതിന്റെ ദുഃഖസാന്ദ്രമായ ഗീതമാണ് എല്ലാവരും പാടുന്നത്.

മരണത്തിന്റെ ദൂതരെ നിങ്ങൾ ക്ഷണിക്കാത്ത അതിഥികൾ തന്നെ. ജീവന്റെ പുസ്തകത്തിൽ മരണത്തിന്റെ കറുത്ത വട്ടം വരച്ചത് ആരായിരിക്കും? മരണം നഷ്ടമോ? ലാഭമോ? ചിന്തകൾ കാടുകയറാൻ തുടങ്ങിയിരിക്കുന്നു. മരണം കച്ചവടമല്ല. ലാഭനഷ്ടങ്ങൾ എണ്ണിയെടുക്കാൻ ഞാൻ എന്നെതന്നെ ആശ്വസിപ്പിച്ചു. മരണഭയം പാടില്ലെന്നൊക്കെ വെറുതെ പറയുന്നതാണ്. ആർക്കാണ് മരണത്തെ ഭയമില്ലാത്തത്? മരണത്തിന്റെ കറുത്ത വസ്ത്രമണിയാൻ ആർക്കും ഇഷ്ടം കാണില്ല. ജീവിക്കാൻ കാരണങ്ങളില്ലെങ്കിലും മരിക്കാൻ തയ്യാറാണോ എന്ന ചോദ്യത്തിന് നീണ്ട മൗനം മാത്രമാണ് എന്റെ ഉത്തരം.

മരണബോധത്തോടെ ജീവിച്ച ഒരേ ഒരു മനുഷ്യനെ വാഴ്‌വിലുണ്ടാവൂ. അത് എന്റെ പ്രാണപ്രിയൻ തന്നെ. ഒരിക്കൽ ഭയപ്പെട്ടു നിന്നിരുന്ന ശിഷ്യരെ അവൻ ധൈര്യപ്പെടുത്തിയത് മരണം ഒരു ഉറക്കമാണെന്ന പ്രസ്താവനയിലൂടെയായിരുന്നു. അതിനുശേഷമാണ് അവന്റെ ഒരു ശിഷ്യൻ നമുക്കും അവനോടൊപ്പം പോയി മരിക്കാമെന്ന് വീരോചിതമായി പറഞ്ഞുവെച്ചത്. മരണത്തിന് പുതിയ ഭാവങ്ങൾ തീർത്തവൻ നിശ്ചയമായും ക്രിസ്തുവാണ്. മരണബോധത്തോടെ എന്റെ പ്രിയനേ നീയെങ്ങനെ ജീവിക്കുന്നു എന്ന് എത്ര ആലോചിച്ചിട്ടും എനിക്ക് ഒരെത്തും പിടിയും കിട്ടുന്നില്ല. നീ നിന്റെ മരണത്തെക്കുറിച്ച് മൂന്നു തവണ ആധികാരികമായി പങ്കുവെയ്ക്കുന്ന സമയത്തെല്ലാം ഞാൻ അവിടെയുണ്ടായിരുന്നു. എന്നിട്ടും ഇപ്പോഴും ഞാൻ മരണത്തെ ഭയക്കുന്നു. ശവമഞ്ചം പോലും എന്നിൽ ഭയപ്പാടുകൾ തീർക്കുന്നു.

ഇന്നൊരു നശിച്ച ദിവസം തന്നെ. ഉണർന്നപ്പോൾ തന്നെ മരണമാണ് കൺവെട്ടത്ത്. മരണമില്ലാത്ത നല്ല വല്ല ലോകമുണ്ടായിരുന്നെങ്കിൽ അങ്ങോട്ട് എത്ര ത്യാഗം സഹിച്ചും ഒളിച്ചോടാമായിരുന്നു. ജീവിച്ചിരിക്കുന്നവർക്കിടയിൽ മരിച്ചവർക്കെന്ത് പ്രസക്തി? ഒരുപക്ഷേ മറിച്ചാവാനാണ്

സാദ്ധ്യത. എല്ലാവരും മരിച്ചവർ തന്നെ. ഏതൊക്കെയോ മരത്തിൽ തൂങ്ങിയാടി കിടക്കുന്ന മരിച്ചവർ തന്നെയാണ് നമ്മൾ. ജീവിക്കുന്നതായി അഭിനയിക്കുന്നു എന്നേയുള്ളൂ. മരിച്ചവരായിരിക്കും ഒരുപക്ഷേ യഥാർത്ഥത്തിൽ ജീവിക്കുന്നവർ.

മരിച്ചവർ ഒരു കണക്കിന് ഭാഗ്യമുള്ളവർ തന്നെ. ഈ വാഴ്‌വിലെ ദുഃഖങ്ങളൊന്നും ഇനി അവർക്കറിയണ്ടല്ലോ! ദാരിദ്ര്യം, അവഗണന, ശത്രുത, നിരാശ, കുറ്റബോധം തുടങ്ങിയ ദുശ്ശകുനങ്ങളൊന്നും മരിച്ചവർ കാണാതിരിക്കാനാവും അവർ തനിയെ മിഴി പൂട്ടുന്നത്. മരിച്ചവരേക്കാൾ കഷ്ടം മരിച്ചവരുടെ ഉറ്റവർക്കാണ്. പത്തുമാസം ചുമന്നുപെറ്റ തന്റെ കുഞ്ഞിനെ എത്രയോ കരുതലോടെയാണ് അവർ വളർത്തിയത്. രോഗം വരുമ്പോൾ വൈദ്യനടുത്തേക്ക് കൊണ്ടുപോയും കരഞ്ഞാൽ ആശ്വസിപ്പിച്ചുമെല്ലാം മാറിൽ ചേർത്ത് വളർത്തിയവർ ഒരു ദിവസം വിടപറഞ്ഞു പോകുമ്പോൾ തളർന്നു പോകുന്നത് അവരാണ്. കാരണമില്ലാത്ത വേർപിരിയലുകളിൽ ചങ്കുപൊട്ടി കരയുന്നവർ മരിച്ചവരുടെ വേണ്ടപ്പെട്ടവരാണ്. അവരെ ആശ്വസിപ്പിക്കുവാൻ ആർക്കു കഴിയും? എന്തു പറഞ്ഞാശ്വസിപ്പിക്കും? മരണമെന്ന നഷ്ടത്തിന് പകരം നൽകാൻ പറ്റുന്നതല്ലല്ലോ ജീവിതം. അങ്ങനെയൊരു സാധ്യതയുണ്ടായിരുന്നെങ്കിൽ ആരെങ്കിലും അങ്ങനെ ചെയ്യുമോ? ചോദ്യം ചെന്നവസാനിച്ചത് എന്റെ സ്നേഹിതനിലേക്ക് തന്നെയാണ്. സ്നേഹിതനുവേണ്ടി ജീവൻ നൽകുന്നതിനേക്കാൾ വലിയ സ്നേഹമില്ലെന്ന അവന്റെ മൊഴികൾ വെറുതെയാവാൻ തരമില്ല. അവന്റെ സുഹൃത്തുക്കൾ ഭാഗ്യം ചെയ്തവരാണ്. അവർക്ക് മരണമുണ്ടാകാൻ ഇടയില്ല. അവർക്കുവേണ്ടി അവൻ നിശ്ചയമായും മരിച്ചിരിക്കും. അവൻ നമ്മുടെ പകരക്കാരനാണ്. ആരെയും തനിച്ചാക്കാൻ ഇഷ്ടമില്ലാത്തവൻ.

പറഞ്ഞ് നാവെടുത്തില്ല ആ ശവമഞ്ചത്തിനടുത്തേക്ക് നീ ഓടിക്കിതച്ച് വരുന്നത് ഞാൻ കണ്ടു. കരയുന്നവരുടെ കണ്ണീരിൽ നിനക്ക് അനുകമ്പ മാത്രമല്ല തോന്നുന്നത്. കണ്ണീർ തുടയ്ക്കാനുള്ള മുഴുവൻ മാർഗ്ഗവും നീ സ്വീകരിക്കും. ഞൊടിയിടയിലാണ് അത് സംഭവിച്ചത്. എന്റെ ചിന്തകൾക്കും വിചാരങ്ങൾക്കും അതീതമായത് നീ അവിടെ പ്രവർത്തിച്ചു. കരഞ്ഞ് തളർന്നവരോട് നിശ്ശബ്ദരാകാൻ ആവശ്യപ്പെട്ടു. ആരും തനിച്ചാകരുതെന്നാഗ്രഹിക്കുന്ന നിന്റെ മനസ്സിന്റെ ഇംഗിതം ഒരുപക്ഷേ സ്വർഗ്ഗം കേട്ടു കാണും. അവരെ ആശ്ചര്യപ്പെടുത്തി നീ അതു ചെയ്തു. മരിച്ച കുഞ്ഞിനെ ഉയിർപ്പിച്ചു. ആ അമ്മയ്ക്ക് നൽകി ഇങ്ങനെ പറഞ്ഞു: നീ തനിച്ചല്ല. നിന്റെ മകനും. മരണത്തിനപ്പുറവും പ്രത്യാശയുണ്ടെന്ന വലിയ പാഠം നീ ആ ജനക്കൂട്ടത്തെ മാത്രമല്ല എന്നെയും പഠിപ്പിച്ചത് അന്നായിരുന്നു. ആരെയും തനിച്ചാക്കില്ലെന്ന ദൃഢനിശ്ചയം നിന്നിൽ ഉണ്ടായിരുന്നു എന്നു വേണം കരുതാൻ. ആ ബത്സെയ്ദാ കുളക്കരയിലെ സംഭവവും ഇപ്പോൾ എനിക്ക് ഓർമ്മ വരുന്നു.

ആരെയും സഹായിക്കാനുള്ള മനസ്സ് എന്നിലില്ലെന്നും ആരെയും തനിച്ചാക്കരുതെന്ന തത്ത്വശാസ്ത്രം ഞാൻ പഠിച്ചിട്ടില്ലെന്നും അന്നാണ് ഞാനറിഞ്ഞത്. അഞ്ച് മണ്ഡപമുള്ള ആ ക്ഷേത്രക്കുളത്തിലേക്ക് അത്ഭുത ക്കാഴ്ച കാണാൻ പലപ്പോഴും ഞാനും പോയിട്ടുണ്ട്. ഏതോ ദൈവദൂതൻ വരുന്നതും കാത്ത് ദിവസങ്ങളോളം ക്ഷേത്രപരിസരത്ത് ഞാൻ അന്തിയുറങ്ങിയിട്ടുമുണ്ട്. ഒരിക്കൽ പോലും ആ കുളക്കരയിലെ തളർ വാതരോഗിയെ ഞാൻ ശ്രദ്ധിച്ചില്ല. മുപ്പത്തിയെട്ടു വർഷത്തിന്റെ വേദന യനുഭവിച്ച എനിക്ക് എന്നെ തന്നെ ശ്രദ്ധിക്കാൻ നേരമില്ല. പിന്നെയാണ് അപരനെ? മുപ്പത്തിയെട്ടു വർഷം കിടന്നിട്ടും ആരും അവനെ സഹായി ച്ചില്ല എന്നതിനപ്പുറം ആരും അവന് കൂട്ടുകിടന്നില്ലെന്ന് പറയുന്നതാവും കൂടുതൽ ശരി. തനിച്ചായവന്റെ വാക്കുകളിൽപോലും നിരാശയുടെ കാർ മേഘം കരിമ്പടം വിരിച്ചുനിന്നിരുന്നു. വേറെ ഒരു സ്ഥലത്തേക്ക് പോകാൻ വേണ്ടിയാണ് എന്റെ പ്രിയൻ അന്ന് യാത്ര തുടങ്ങിയത്.

പക്ഷേ നീ നിന്റെ യാത്രകളെ തിരിച്ചുവിട്ടത് ബെത്സെയ്ദായിലേക്കാ യിരുന്നു. ഒറ്റപ്പെട്ടവന്റെ വേദനയറിഞ്ഞ പ്രിയൻ പിന്നെ മറ്റെല്ലാ ദൗത്യവും മാറ്റിവെച്ച് അവനരികിൽ ചെന്നു നിന്നു. നിനക്ക് ഞാൻ എന്തു ചെയ്തു തരണമെന്നാണ് നീ ആഗ്രഹിക്കുന്നതെന്ന നിന്റെ ചോദ്യത്തിന് ഒരു മറുപുറം കൂടെയുണ്ട്. ഞാൻ നിന്നെ അനാഥനാക്കില്ല എന്ന മറുപുറം. വെള്ളമിളകുമ്പോൾ എന്നെ സഹായിക്കാൻ ആരുമില്ലെന്ന അവന്റെ സങ്കടത്തെ തിരുത്തിക്കുറിച്ചത് എന്റെ പ്രിയനാണ്. നീ കൈ പിടിച്ചെഴു ന്നേൽപ്പിച്ച് സൗഖ്യം കൊടുത്ത് ഞാൻ നിന്റെ കൂടെയുണ്ടെന്ന് പങ്കു വെക്കുന്നത് കേട്ടപ്പോൾ എനിക്ക് നിന്നോടുള്ള പ്രണയത്തിന്റെ ചിറ്റോള ങ്ങൾ കൂടുകയായിരുന്നു.

ഇത്രയൊക്കെ കേട്ടും കണ്ടും അറിഞ്ഞ എനിക്ക് ഇപ്പോഴും ഒറ്റപ്പെട ലിന്റെ കഥകൾ മാത്രമാണ് പറയാനുള്ളതെന്നോർക്കുമ്പോൾ ഞാൻ ലജ്ജിച്ച് തലതാഴ്ത്തുന്നു. മരിച്ച കുഞ്ഞിന്റെ കൂടെ തനിച്ചായവളെ നീ തനിച്ചല്ലെന്ന് വാക്കു കൊണ്ടും പ്രവൃത്തികൊണ്ടും തെളിയിച്ചവൻ, ബെത്സെയ്ദാ കുളക്കരയിലെ രോഗിയോട് നിനക്ക് ഞാൻ എന്തും ചെയ്തുതരാമെന്ന് പറഞ്ഞു കൂടെ നിർത്തിയവൻ, ആ മനുഷ്യൻ എന്റെ പ്രാണപ്രിയനല്ലേ? അവനെയല്ലേ ഞാൻ തിരയുന്നത്?

ഞാൻ ഇനി തനിച്ചല്ല. എന്നിൽ അസ്തിത്വദുഃഖത്തിന്റെ കാണാച്ചരടു കളില്ല. ഇനി യാത്ര മുന്നോട്ടു മാത്രം. ഒരുനാൾ ഞാൻ അവന്റെ ഹൃദയം കണ്ടെത്തും. അല്ല എന്റെ ഹൃദയം അവൻ കണ്ടെത്തും. ഇനി അല്പം വിശ്രമമാവാം. നാളെ പുതിയ പ്രഭാതത്തിനുവേണ്ടി ഇന്നേ കാത്തിരിക്കാം...

സ്നേഹത്തിന്റെ കൊച്ചരുവികൾ

ഞാൻ പതുക്കെ മനസ്സിൽ പറഞ്ഞു:
ഞാൻ നിന്നെ പിന്നെയും പിന്നെയും
ആഴമായി സ്നേഹിക്കുന്നു.
നിന്നെ ആരൊക്കെ സ്നേഹിച്ചു
എന്ന് ഞാൻ ചോദിക്കുന്നില്ല.
നിനക്ക് ആരോടൊക്കെ സ്നേഹമുണ്ട്
എന്നും ഞാൻ ചോദിക്കുന്നില്ല.
എന്നാൽ ഒന്ന് തീർച്ച.
എന്നെപ്പോലെ നിന്നെ ആരും സ്നേഹിക്കുന്നില്ല.
നിന്നെ സ്നേഹിക്കുന്നവൻ
എന്ന ഓർമ്മ മാത്രം മതി എനിക്ക് കൂട്ടിന്.
അത് എനിക്ക് ശക്തിദായകമാണ്.

പണ്ടു വായിച്ച ഏതോ മിദ്രാഷിലെ (ബൈബിളിന്റെ ജൂതവ്യാഖ്യാനം) വരികളാണ്. സ്നേഹം അതിന്റെ ആഴങ്ങളിലേക്ക് നമ്മെ ഓരോരുത്തരേയും കൂട്ടിക്കൊണ്ടുപോകുന്നുണ്ടാവുമോ? സ്നേഹം നിന്നെ എപ്പോഴെങ്കിലും യാത്ര വിളിച്ചിട്ടുണ്ടോ? സ്നേഹത്തിന്റെ ചക്രവാളങ്ങൾ എന്നെങ്കിലും അവസാനിക്കുമോ? സ്നേഹം ജീവിക്കാനുള്ള പ്രേരണാശക്തിയാണ്. സ്നേഹത്തിന്റെ പൂന്തോട്ടത്തിലായിരിക്കാൻ ഭാഗ്യം ലഭിച്ച മർത്ത്യാത്മാവിന് മറ്റൊന്നും വേണ്ട.

സ്നേഹം ഇന്ന് കിട്ടാക്കനിയാണ്. സ്നേഹത്തിന്റെ ബാക്കിപത്രങ്ങളെല്ലാം എവിടെയും സമൃദ്ധമാണ്. പക്ഷേ ശുദ്ധസ്നേഹത്തിന്റെ കാര്യത്തിലാണ് കുറവ്.

മനുഷ്യനിൽ സ്നേഹിക്കാൻ കഴിവുകളുണ്ടായിട്ടും മനുഷ്യനത് ഉപയോഗപ്പെടുത്തുന്നില്ലെന്നതല്ലേ വാസ്തവം? ഒരു ചുംബനത്തിനു വേണ്ടി കൊതിക്കാത്ത ഏത് ഉടലുകളാണ് വാഴ്‌വിലുള്ളത്? ഒരു തലോടലിനായി ആഗ്രഹിക്കാത്ത ഏത് മനസ്സുണ്ട് നമ്മളിൽ? നീ അരികിൽ

വന്നാൽ എന്നിലെ സങ്കടം മാറുമെന്ന് പറയാത്ത ജന്മങ്ങളുണ്ടാകുമോ? സ്നേഹം എല്ലാവരും ആഗ്രഹിക്കുന്നുണ്ട്. അത് ലഭിക്കാതെ വരുമ്പോഴാവാം അവൻ ഭ്രാന്തനാവുന്നത്.

നടന്ന് നടന്ന് ഞാൻ ഇന്ന് എത്തി നിൽക്കുന്നത് ഒരു ശവപ്പറമ്പിലാണ്. അവിടെ ചങ്ങലയ്ക്കിട്ടു നിൽക്കുന്ന ഒരു ഭ്രാന്തനുണ്ട്. അവനെ ജനക്കൂട്ടം അവജ്ഞയോടെ നോക്കുന്നു. ചിലർ അവനെ മദമിളകിയ ആനയെ നോക്കി പേടിപ്പിക്കുന്നതുപോലെ കല്ലെറിയുന്നു. വാക്കുകൾ കൊണ്ട് ശത്രുതയുടെ ഭീകരത സൃഷ്ടിക്കുന്നു.

കണ്ടാൽ പേടി തോന്നുന്ന മുഖമാണ് അവന്റേത്. പെറ്റമ്മ പോലും ഒരുപക്ഷേ അവനെ വെറുത്തു കാണും. ജന്മം നൽകിയ അവന്റെ അപ്പൻ അവന് ജന്മം നൽകിയതിൽ പരിതപിക്കുന്നുണ്ടാവും. സഹോദരങ്ങൾ അവനെ മറന്നു കാണും. ആർക്കും വേണ്ട എന്ന തോന്നൽ വന്നാൽ പിന്നെ എന്തും ചെയ്യാം? ഉന്മാദത്തിനപ്പുറത്തുള്ള ഏതോ അവസ്ഥയിലാണ് അവൻ ആ ശവകുടീരത്തിൽ നിൽക്കുന്നത്. ബുദ്ധി നശിച്ചവനും സ്നേഹം നിഷേധിക്കപ്പെട്ടവനും വസ്ത്രത്തിന്റെ ആവശ്യമില്ലെന്ന് അവൻ തന്നെ തെളിയിച്ചിട്ടുണ്ട്. അവന്റെ നഗ്നതയിൽ ആർക്കും കാമം തോന്നില്ല. അത്രയും പരിതാപകരമായ അവസ്ഥയായിരുന്നു അവന്റേത്.

എനിക്കും ഭ്രാന്തുണ്ട്. ചിലപ്പോൾ അത് കൂടാറുമുണ്ട്. പക്ഷേ ഇത്രയുമില്ല. എനിക്ക് ആശ്വാസം തോന്നി. ദൈവമേ, ഈ ഒരു സ്ഥിതിയിൽ ഞാൻ ഒരിക്കലും എത്തിച്ചേരരുതേ എന്ന് ആകാശത്ത് നോക്കി പ്രാർത്ഥിച്ചു.

അവൻ പുലമ്പുന്നുണ്ടായിരുന്നു. ഓരോ നിമിഷത്തിലും അവന്റെ കേൾവിക്കാർക്ക് ശത്രുതയുടെ കനലുകൾ തീർക്കാനുള്ള വഴികൾ സൃഷ്ടിച്ചുകൊണ്ടേയിരുന്നു. സ്നേഹത്തിന്റെ നിരാസത്തിന് ഭ്രാന്തിന്റെ പര്യായപദം കൂടുതൽ ചേരുന്നതായി എനിക്ക് അപ്പോൾ തോന്നി. ഈ ഭ്രാന്തനെ ആരുടുപ്പിക്കും, ആര് അവനെ സ്നേഹിക്കും? എന്റെ പ്രാർത്ഥന കേട്ടിട്ടാണോ എന്നറിയില്ല ദൈവം തന്റെ പ്രിയപുത്രനെ ആ ശവപ്പറമ്പിലേക്ക് ആനയിച്ചു.

മുമ്പെങ്ങും കാണാത്ത വസ്ത്രമാണ് അപ്പോൾ നീ ധരിച്ചിരുന്നത്. നിനക്കന്ന് പതിവിലേറെ സ്ത്രൈണഭാവമുണ്ടായിരുന്നു. നിന്റെ മാറിൽ നിന്നും സ്നേഹത്തിന്റെ നദിയൊഴുകുന്നതായി എനിക്കനുഭവപ്പെട്ടു. അടുത്തു വരരുതെന്ന ആ ഭ്രാന്തന്റെ ജല്പനങ്ങളെ നീ സ്നേഹം കൊണ്ട് തിരുത്തിയെഴുതാൻ സമയമായിരിക്കുന്നു. അവന്റെ ആത്മാവിന്റെ ആഴങ്ങളിലേക്ക് എന്റെ പ്രിയൻ സ്നേഹത്തിന്റെ സ്തന്യം ഇതാ പകരുന്നു. മണലാരണ്യങ്ങളിലെ തണ്ണീർപൊയ്കകൾ ആ ശവപ്പറമ്പിൽ രൂപപ്പെടുന്നുണ്ടായിരുന്നു.

എന്റെ പ്രിയനേ, നീ ഒരാളെ സ്നേഹിക്കാൻ തുടങ്ങുമ്പോൾ അയാളിൽ അടിമുടി മാറ്റങ്ങൾ സംഭവിക്കും എന്നതിന്റെ ദൃഷ്ടാന്തമായിരുന്നു പിന്നീട് അവിടെ നടന്ന സംഭവവികാസങ്ങൾ. ശത്രുതയുടെ കെട്ടുപൊട്ടിച്ച് സ്നേഹത്തിന്റെ നദിയൊഴുക്കിയപ്പോൾ അവനിൽ മാറ്റങ്ങൾ വരാൻ തുടങ്ങി. ഈർഷ്യഭാവം ഇപ്പോൾ നൂതന ഇഷ്ടങ്ങളിലേക്ക് തെന്നി മാറുന്നു. അവന്റെ മിഴികളിൽ സ്നേഹത്തിന്റെ കൊച്ചരുവികൾ ഒഴുകാൻ തുടങ്ങുന്നു. തിരിച്ചു കിട്ടിയ ജീവിതം അവന് ആത്മീയ ആഘോഷങ്ങൾക്ക് തിരി തെളിക്കാനുള്ളതാണെന്ന തിരിച്ചറിവ് അവനിൽ കൈവന്നിരിക്കുന്നു. ആ ശവപ്പറമ്പ് ഇപ്പോൾ സ്വർഗ്ഗത്തിലെ ഉദ്യാനത്തിന് സമാനമായിരിക്കുന്നു. അവിടെ സ്നേഹത്തിന്റെ നാലുമണി പൂക്കൾ കൊണ്ട് പ്രകൃതി തന്നെ അലങ്കരിക്കുന്നു. വീണാനാദവും തംബുരുവും ഇലത്താളവും പുതിയ സ്നേഹസംഗീതം മീട്ടുന്നു.

ശത്രുവിനെ മിത്രമാക്കാനും ഭ്രാന്തനെ മാലാഖയാക്കാനും നിന്നിൽ സ്നേഹമെന്ന മൂലധനം മാത്രം മതി. ആ ജനക്കൂട്ടത്തിലാരെങ്കിലും അവനെ സമീപിച്ച് സോദരാ, എനിക്ക് നിന്നോട് സ്നേഹമാണെന്ന് ഒരു മാത്ര പറഞ്ഞിരുന്നെങ്കിൽ അവൻ ഇത്രയും ക്രൂരനാവുമായിരുന്നില്ല. അവനെ എന്റെ പ്രിയൻ സ്നേഹിച്ചപ്പോൾ അവൻ വസ്ത്രം ധരിച്ചു. അവൻ സ്നേഹത്തിന്റെ കടലാഴങ്ങൾ അനുഭവിച്ചു.

എന്നിൽ ഇപ്പോഴും ശത്രുതയുണ്ട്. ഇനിയും പൊറുക്കാത്ത മുഖങ്ങളുണ്ട്. എന്നെ തള്ളി പറഞ്ഞവരുടെ വീഴ്ചകൾക്കുവേണ്ടി ഞാൻ കാത്തിരിക്കുന്നു. എന്നെ അവഗണിച്ചവരുടെ നാശം കാണാൻ ഞാൻ കൊതിക്കുന്നു. ശത്രുസ്നേഹത്തിന്റെ ഭാഷ എന്റെ എഴുത്തിലും സംസാരത്തിലും മാത്രമേയുള്ളൂ. ഉള്ളിൽ ശത്രുവിനോടു പകരം വീട്ടാനുള്ള മാരകായുധങ്ങൾ ആരും കാണാതെ ഞാൻ ഒളിപ്പിച്ചു വെച്ചിട്ടുണ്ട്.

നസ്രായനെ തേടി അലയുന്ന എന്നിൽ നിന്നും ശത്രുതയുടെ വിഷവിത്തുകൾ പറിച്ചെറിയേണ്ടിയിരിക്കുന്നു. എന്റെ ജീവിതവഴികളിൽ എനിക്ക് പ്രതിബന്ധം തീർത്തവരെ അനുഗ്രഹിക്കാനുള്ള കൃപ നേടുമ്പോഴാണ് ഞാൻ പ്രാണപ്രിയന്റെ തോഴനാവൂ. സ്നേഹം കിട്ടിയില്ലെന്നും പറഞ്ഞ് ഞാൻ ഇനി നടക്കുകയില്ല. സ്നേഹം വിളമ്പാൻ വേണ്ടി എനിക്കിനി യാത്രകൾ തുടരണം. ശ്രീകോവിലിലേക്ക് പ്രവേശിക്കാൻ ശത്രുതയുടെ ഭാണ്ഡക്കെട്ടുകൾ അധികപ്പറ്റാണ്. വലിച്ചെറിയാം ശത്രുതയുടെ കരിമ്പടങ്ങൾ. സ്നേഹത്തിന്റെ കൊച്ചരുവികൾ നമ്മുടെ ജീവവൃക്ഷം നനയ്ക്കട്ടെ...

രക്തം കിനിയുന്നു

ഇപ്പോൾ വേദനകൾ സഹിക്കാവുന്നതിനുമപ്പുറമായിരുന്നു. ശരീരം തീർക്കുന്ന രോഗപീഡകൾ ഒരുവശത്ത്. മനസ്സിലെ വേദനകൾ മറുവശത്ത്. വേനലും ശിശിരവും ശരത്കാലവും ഒരേ ഭൂമികയിൽ നിറയുന്നതുപോലെ വേദനകൾ പലവിധത്തിൽ എന്നെ കടന്നാക്രമിക്കാൻ തത്രപ്പെടുന്നു. ഇനി യാത്രകൾ കുറയ്ക്കണം. ഏതെങ്കിലും പുണ്യതീർത്ഥക്കരയിൽ ഇനിയുള്ള ജന്മം തള്ളിനീക്കണം. സങ്കടങ്ങളുടെ പുഴ നീന്തി കടക്കുന്നവർക്ക് ലഭിക്കുന്ന ആനന്ദസാഗരം ഇപ്പോൾ ഒരു കെട്ടുകഥപോലെ എന്നിൽ അവശേഷിക്കുന്നു. ഉച്ചയായതേയുള്ളൂ; മയക്കം എന്റെ കൺപോളകളെ കീഴടക്കിയിരിക്കുന്നു. ആ പാതിമയക്കത്തിൽ ഞാനൊരു ദുഃസ്വപ്നം കണ്ടു.

എന്റെ പ്രാണപ്രിയൻ ചോര വാർന്ന് പൂഴിയിൽ നിസ്സഹായനായി കിടക്കുന്നു. മുറിവില്ലാത്ത ശരീരഭാഗമില്ല. എനിക്കു ദാഹിക്കുന്നു എന്ന് അവൻ നിലവിളിച്ച് പറയുന്നുണ്ട്. അവന്റെ നിലവിളി ആരും കേൾക്കുന്നില്ല. നാളിതുവരെ കാണാത്ത വന്യജീവികൾ എന്റെ നാഥന്റെ ശരീരത്തിൽ അവരുടെ നീണ്ട നഖം കുത്തിയിറക്കുന്നുണ്ട്. ചോര മണ്ണിൽ കലരുമ്പോൾ ചോരയ്ക്ക് മരണഗന്ധവും കാഴ്ചയിൽ കറുപ്പു കലർന്ന തവിട്ടുനിറവും. അവന്റെ തോളെല്ല് പൊട്ടിയിട്ടുണ്ട്. മാനവരാശിയുടെ മുമ്പിൽ അവൻ ഒരു ഭിക്ഷാംദേഹിയായി തീരുന്നു. ഇത്രനാളും കണ്ട മുഖപ്രസന്നത അവന്റെ മുഖത്തിനിപ്പോഴില്ല. ബലിയാകുന്ന കുഞ്ഞാടിന്റെ ബലഹീനതയാൽ അവൻ വിറങ്ങലിക്കുന്നു.

അവൻ ബന്ധനസ്ഥനാണ്. ആരാണവനെ ബന്ധനസ്ഥനാക്കുന്നതെന്ന് കാണുന്നില്ല. മുഖംമൂടി ധരിച്ച് കുറേ മനുഷ്യർ അവനു ചുറ്റും പകയുടെ വേലിക്കെട്ടുകൾ തീർക്കുന്നു. ചാട്ടവാറുകൊണ്ട് അവന്റെ നഗ്നമാക്കപ്പെട്ട മേനിയിൽ വേദനയുടെ കടലാഴം തീർക്കുന്നു. ഇപ്പോൾ അവിടെ മാലാഖമാരില്ല, തോഴരില്ല, പരിചാരകരില്ല. അത്ഭുതങ്ങൾ നേടിയവരില്ല, സാക്ഷികളില്ല.

തച്ഛൻ തനിച്ചാവുന്നു. ഇത്രയും നിസ്സഹായതയോടെ ഞാൻ ആദ്യ മായാണവനെ കാണുന്നത്. എന്റെ ധാരണകളെ അവൻ തിരുത്തി എഴുതിത്തുടങ്ങിയിരിക്കുന്നു. തടാകത്തിൽ ഒന്നുമറിയാതെ നീന്തി നടന്നി രുന്ന അരയന്നത്തിനു നേരെ അസ്ത്രം തൊടുത്ത് കുറ്റിക്കാട്ടിൽ ഒളിച്ചിരി ക്കുന്ന വേടനെപോലെ ഇപ്പോൾ മരണം അവനുവേണ്ടി കാത്തിരിക്കുന്നു ണ്ടാവുമോ? അവന്റെ വേദനകളോട് എന്റെ വേദനകളെ തുലനം ചെയ്യാൻ പോലും കഴിയുന്നില്ല. അത്രയും കഠോരമായ വേദനകൾ ഏറ്റുവാങ്ങി കൊണ്ടിരിക്കുന്നു. ഞെട്ടിയുണർന്നപ്പോൾ ആശ്വാസമായി. കണ്ടതെല്ലാം സ്വപ്നമാണല്ലോ എന്ന ആശ്വാസം.

എന്റെ പ്രിയനേ, നിനക്ക് ഒന്നും സംഭവിക്കാതിരിക്കട്ടെ. എനിക്ക് നിന്നെ കാണാൻ കഴിഞ്ഞില്ലെങ്കിലും നിന്റെ വേദനകൾ കാണാൻ എനിക്ക് ഇടയാവാതിരിക്കട്ടെ. എന്റെ കാഴ്ചകൾ മങ്ങുന്നു. തല കറ ങ്ങുന്നു. എന്റെ മൂക്കിൽ നിന്നും ഒരു ദ്രവം വരുന്നു. പാതിബോധത്തിൽ ഞാൻ കാണുന്നത് എന്റെ ചോരയാണ്. മൂക്കിൽ നിന്നും വായിൽ നിന്നും ചോര വരുന്നു. മരണവേദനയുടെ ആരംഭമായിരിക്കാം. ഒന്നും മനസ്സിലാ ക്കാൻ കഴിവില്ലാത്ത പിറന്നുവീണ കുഞ്ഞിനെപ്പോലെ ഞാൻ ആ നാൽക്കവലയിൽ ഏറെ നേരം അർദ്ധബോധാവസ്ഥയിൽ ആണ്ടു പോയി.

സ്ത്രീയും വിവാഹവും

പൊട്ടിക്കീറിയ ജാലകത്തിലൂടെ നോക്കുന്ന കുഞ്ഞിനെപോലെയാണ് ഞാൻ കണ്ണുതുറന്ന് പ്രകൃതിയിലേക്ക് നോക്കിയത്. ശരീരത്തിൽ പെയ്ത രക്തമഴപോലെ പ്രകൃതിയിൽ ഇന്നലെ മഞ്ഞുമഴ പെയ്തു തോർന്നിട്ടുണ്ട്. ഇന്നലെ പെയ്ത മഴയിൽ നിന്ന് കുറെയേറെ ഈയ്യാംപാറ്റകൾ മുളച്ചിട്ടുണ്ട്. പെട്ടെന്ന് എന്റെ ബാല്യകാല സുഹൃത്തിനെയാണ് ഓർമ്മ വന്നത്. അവൾ എന്റെ ജീവിതത്തിൽ ഈയാംപാറ്റയായിരുന്നു. എന്റെ ജീവിതത്തിലേക്ക് ഞാൻ പോലും അറിയാതെ കയറി വന്ന് ഞാൻ പോലും അറിയാതെ ഇറങ്ങിപ്പോയവൾ. ഈയ്യാംപാറ്റയുടെ ആയുസ്സേ ഉണ്ടായിരുന്നുള്ളൂ ആ സ്നേഹബന്ധത്തിന്. പക്ഷേ അവൾ പഠിപ്പിച്ച ചില പാഠങ്ങൾ എന്നെ ഇന്നും ജീവിക്കാനും അതിജീവിക്കാനുമുള്ള ശക്തി പകർന്നുകൊണ്ടിരിക്കുന്നുണ്ട്.

എന്റെ അയൽക്കാരിയായിരുന്നു അവൾ. നുണക്കുഴിക്കവിളുകളും പനംകുലപോലെയുള്ള നീണ്ടു നിവർന്ന മുടിയിഴകളും കണ്ണിലെ അവളുടെ പ്രണയാഗ്നിയും എന്റെ ഹൃദയത്തിൽ അന്നോളം അറിയാത്ത അനുഭൂതികൾ ചാർത്തി തന്നു. അവളെ കാണാൻ അവളുടെ വീട്ടുമുറ്റത്തുകൂടെ പലപ്പോഴായി നടന്നിരുന്നു. അവൾ കേൾക്കാൻ വേണ്ടി മാത്രം ഉച്ചത്തിൽ പാട്ടുപാടി അവളെ ആകർഷിച്ചിരുന്നു.

പ്രണയം പതിയെ ഞങ്ങൾക്കിടയിൽ തലപൊക്കാൻ തുടങ്ങി. എഴുന്നേൽക്കുമ്പോൾ എന്റെ കൺമുമ്പിൽ അവളുണ്ടായിരുന്നെങ്കിലെന്നും രാത്രി തനിച്ചുറങ്ങാതിരിക്കാൻ അവൾ ചാരെയുണ്ടായിരുന്നെങ്കിലുമെന്നൊക്കെയുള്ള ചിന്തകൾ എന്നിൽ പുതിയ ജീവിതസ്വപ്നങ്ങൾ നെയ്യാൻ തുടങ്ങി. കാണുവാൻ കൊതിക്കുന്ന നേരങ്ങളിൽ കൺമുൻപിൽ തെളിയുന്ന കവിതയായി അവൾ എന്നിൽ മയൂരനൃത്തം ചവിട്ടാൻ തുടങ്ങി. മധുരസ്മരണ തൻ തിരികൾ എന്നിൽ കത്താൻ തുടങ്ങിയത് അന്നാണ്. രാവു തീരാതിരുന്നെങ്കിലെന്ന് പ്രാർത്ഥിച്ചത് ആ നാളുകളിലായിരുന്നു.

Sunil Jose

ഞങ്ങൾക്കിടയിൽ പ്രണയത്തിന്റെ നദിയൊഴുകുന്ന വിവരം അവളുടെ അമ്മയ്ക്ക് മനസ്സിലായി. മകൾക്ക് ചീത്തപ്പേരുണ്ടാകാതിരിക്കാൻ ഇനി ഇവിടെ വരരുതെന്ന് ആ സ്ത്രീ ഗൗരവത്തോടെ എന്നെ വിലക്കി. മരുഭൂമിയിലെ തീക്ഷ്ണമായ കാറ്റ് അപ്പോൾ എന്നിൽ ആഞ്ഞു വീശി തുടങ്ങി. എന്റെ ജീവിതതാളം നിലയ്ക്കുന്നതുപോലെയായി. എങ്കിലും അവളുടെ മായാത്ത പുഞ്ചിരി എന്റെ രാത്രികളെ തരളിതമാക്കി. പ്രായമാകും മുൻപേ പ്രണയത്തിന്റെ ചിറകിലേറിയവന് ശിക്ഷകൾ ഏറെയാണ്. പൊടിക്കാറ്റ് കൊടുങ്കാറ്റായും മണൽക്കൂനകൾ നിലാവിനെ മറച്ചു കളഞ്ഞതായും ഞാനറിഞ്ഞത് അപ്പോഴാണ്. എത്ര പെട്ടെന്നാണ് വേരാഴ്ന്ന ജീവിതത്തിന്റെ നാരായവേരുകൾ പിഴുതുമാറ്റപ്പെടുന്നത്. അനുഭവങ്ങളുടെ ചില്ലകളിൽ കരിഞ്ഞുപോയ ഇലകൾക്ക് എന്റെ രൂപമായി. ഊണും ഉറക്കവും എനിക്ക് നഷ്ടപ്പെട്ടു. എന്റെ തീരുമാനങ്ങളെ തട്ടിത്തെറിപ്പിച്ചവരോട് എന്തെന്നില്ലാത്ത പക എന്നിൽ കടന്നുകൂടി.

അന്ന് അതും സംഭവിച്ചു. കാനായിൽ നിന്നുള്ള ഒരുവൻ അവളെ പെണ്ണുകാണാൻ വരുന്നു. കൂടെ കൂട്ടാൻ കരുതിയ പെണ്ണ് മറ്റൊരുവന്റേതാകുന്നു എന്നറിയുന്ന നേരം ഒരുപക്ഷേ തൂക്കിലേറ്റാൻ കൊണ്ടുപോകുന്ന കൊലയാളിയുടെ മരണനിമിഷത്തിന് സമാനമാണെന്ന് അറിഞ്ഞത് അന്നാണ്. മറ്റു മാർഗ്ഗമില്ലാത്തതിനാൽ അവൾക്കും അവനെ വരനായി സ്വീകരിക്കാതെ നിവർത്തിയില്ലായിരുന്നു. അവളുടെ വിവാഹം നേരിൽ കാണാൻ തന്നെ തീരുമാനിച്ചു. കാനായിലെ കല്യാണ വീട്ടിലേക്ക് അവർക്കൊപ്പം ഞാനും പോയി.

ആൾക്കൂട്ടത്തിനിടയിൽ തനിച്ചായ പ്രതീതിയായിരുന്നു അന്ന്. എല്ലാവരും വലിയ സന്തോഷത്തിലാണ്. ഞാൻ മാത്രം സങ്കടത്തിലും. ചില സങ്കടങ്ങൾ ഉള്ളിൽ ഒളിപ്പിച്ച് പുറമേ ചിരിക്കുകയല്ലാതെ മറ്റു മാർഗ്ഗങ്ങളില്ലാത്തതുകൊണ്ടു ഞാനും ചിരി അഭിനയിച്ചു.

ആ നാട്ടിലെ വിവാഹച്ചടങ്ങുകൾ ഞാൻ ആദ്യമായാണ് കാണുന്നത്. ഏഴുനാൾ നീണ്ടുനിൽക്കുന്ന ആഘോഷരാവുകൾക്ക് ശേഷമാണ് വിവാഹ ഉടമ്പടി. ആ നാട്ടിലുള്ള മുഴുവൻ ജനങ്ങളും പ്രമാണിമാരും ആ കല്യാണത്തിന് വന്നിട്ടുണ്ട്. പ്രത്യേകം അലങ്കരിച്ച പന്തലിൽ എന്റെ പാതിജീവൻ മറ്റൊരാളുടേതാവുന്നു. വിവാഹം രണ്ടു നദികൾ ഒന്നാവുന്നതാണെന്ന് അറിഞ്ഞത് അന്നാണ്. പക്ഷേ ആ വിവാഹം എനിക്ക് പുതിയ ബോധ്യങ്ങളാണ് പ്രദാനം ചെയ്തത്.

എന്റെ വിവാഹ നേരത്തും ഇതൊക്കെ തന്നെയല്ലേ സംഭവിക്കുക? മക്കൾ, ബന്ധുക്കൾ അങ്ങനെ നീളുന്ന വഴികളല്ലാതെ മറ്റൊരു പുതുമയും ഇല്ലെന്ന് ഞാൻ പഠിച്ചത് അന്നാണ്. പ്രേമിച്ച പെണ്ണിനെ കിട്ടാത്തതുകൊണ്ടൊന്നുമല്ല. ഉള്ളിന്റെ ഉള്ളിൽ വിവാഹവും പൂർണ്ണതയിലേക്ക് നയി

ക്കില്ലെന്ന തോന്നൽ എന്നിൽ ശക്തമാകുന്നുണ്ടായിരുന്നു. ആത്മാവിന്റെ ദാഹം ശമിപ്പിക്കാൻ ഒരു പെണ്ണിനും ഒരു ലോകവസ്തുവിനും കഴിയുക യില്ലെന്ന് പഠിച്ച കല്യാണവിരുന്നായിരുന്നു അന്ന്.

വിശപ്പ് കൂടപ്പിറപ്പായതുകൊണ്ട് സ്നേഹിച്ച പെണ്ണിനെ സന്തോഷ പൂർവ്വം വരനെ ഏൽപ്പിച്ച് വിശപ്പ് മാറ്റാൻ തന്നെ തീരുമാനിച്ചു. നല്ല ഭക്ഷണം എപ്പോഴും എന്റെ ഒരു ബലഹീനതയാണ്. ഇന്ന് വീഞ്ഞും കുടിക്കണം. എല്ലാം മറന്ന് പുതിയ ജീവിതം തുടങ്ങണം. പദ്ധതികളെല്ലാം എന്റെയായിരുന്നു. ആരെയും ആ പദ്ധതികളിലേക്ക് ക്ഷണിച്ചില്ല.

എന്റെ പന്തിയെത്തിയപ്പോഴാണ് ആരൊക്കെയോ പരസ്പരം ആ വിവാഹിതരെക്കുറിച്ച് അടക്കം പറയുന്നത് ഞാൻ കേട്ടത്. ഈ വിവാഹം യാഹ്വേയ്ക്ക് ഇഷ്ടമായിട്ടില്ലെന്ന് തോന്നുന്നു. അല്ലെങ്കിൽ ഇങ്ങനെ ഒരു ഗതികേടുണ്ടാകുമോ? വീഞ്ഞു തീർന്നുപോകുന്ന സന്ധ്യകൾ ശാപ ത്തിന്റെ സന്ധ്യകളാണ്. ഇവർക്ക് ദൈവകോപമുണ്ട്. വീട്ടിൽ കാലു കുത്തിയ പെണ്ണ് ഐശ്വര്യത്തിന്റെ ദേവതയല്ല. വറുതിയുടെ ദേവത തന്നെ. വീട്ടിലെ വെട്ടം കെടുത്താൻ വരുന്ന ചില സ്ത്രീജന്മങ്ങൾ.

അവർക്ക് അവളോടായിരുന്നു ദേഷ്യം. ആ വീട്ടുടമസ്ഥരും കലവറ ക്കാരും അലസരായി പോയതിനും വീഞ്ഞ് തീർന്നുപോയതിനും അവളെന്തു പിഴച്ചു? ഇല വന്ന് മുള്ളിൽ വീണാലും മുള്ളു വന്ന് ഇലയിൽ വീണാലും ഇലയെന്ന പെണ്ണിനു തന്നെ കുറ്റം. ആ നാട്ടിലെ പുരുഷ ന്മാരുടെ പ്രാർത്ഥന മാറ്റിയെഴുതേണ്ട കാലമായിരിക്കുന്നു. സ്ത്രീയായും മൃഗമായും ജനിക്കാതിരുന്നതിന് പ്രഭാതവന്ദനം ചൊല്ലി എഴുന്നേറ്റിരുന്ന പുരുഷന്മാരോട് എനിക്ക് അറപ്പും വെറുപ്പും തോന്നി. ഉഭയസമ്മതം അനിവാര്യമായ തെറ്റുകളിൽ പലപ്പോഴും അവൾ മാത്രമാണ് ശിക്ഷകൾ ഏറ്റുവാങ്ങാറുള്ളത്. അവൾ ഉടലിൽ അനുഭവിക്കുന്ന വേദന മാനവകുല ത്തിന് വേണ്ടിയാണെന്ന് ഏത് പുരുഷനാണ് മനസ്സിലാക്കിയിട്ടുള്ളത്? അവൾ ഓരോ മാസവും കാൽവരി കയറുന്നത് അവൾക്കുവേണ്ടിയാ ണെന്ന മിഥ്യാധാരണ മാനവരാശിക്ക് ദോഷം മാത്രമേ ചെയ്യൂ.

ഹവ്വായെ ശിക്ഷിച്ച് ആദത്തെ വെറുതെ വിടുന്ന നീതിപീഠങ്ങൾക്ക് മാറ്റം വരേണ്ടിയിരിക്കുന്നു. ദൈവത്തെ പുരുഷനാക്കുന്ന ചരിത്രഗതി പോലും ശരിയല്ലെന്നു തന്നെയാണ് എന്റെ അഭിപ്രായം. അവൾക്കും അവനും ഒരുപോലെ ഈ വാഴ്‌വിൽ ഇടമുണ്ടെന്ന് ആര് തിരിച്ചറിയു ന്നുവോ അവനാണ് യഥാർത്ഥ മനുഷ്യൻ.

പറഞ്ഞിട്ടെന്തു കാര്യം? പെണ്ണും പോയി വീഞ്ഞും തീർന്നു. ഇനി പതുക്കെ സ്ഥലം കാലിയാക്കുക തന്നെയാണ് കരണീയം. പന്തിയിൽ നിന്നും എഴുന്നേൽക്കാൻ തുടങ്ങവേ കലവറക്കാരൻ വീണ്ടും വീഞ്ഞു മായി വന്നു. ഇവർക്ക് ആരോ വീഞ്ഞ് കടം നൽകിയിരിക്കുന്നു. വീഞ്ഞ്

തീർന്നുപോയത് മനസ്സിലാക്കി ആരോ ഇവരെ സഹായിച്ചിരിക്കുന്നു. ഇപ്പോൾ കുടിച്ച വീഞ്ഞിന് പുതുവീഞ്ഞിന്റെ രുചിയുണ്ട്. ഇവർ ഇത്രയും നല്ല വീഞ്ഞ് എന്തുകൊണ്ട് വിളമ്പിയില്ലെന്ന് പന്തിയിലുള്ള ചിലർ അന്യോന്യം പറഞ്ഞു ചിരിക്കുന്നുണ്ടായിരുന്നു. അപരന്റെ വീഴ്ച കാണാനും അപരന്റെ വീഴ്ചയിൽ സന്തോഷിക്കാനുമുള്ള മനുഷ്യന്റെ ആദിവാസനകൾക്ക് പിശാചിന്റെ രൂപപ്പകർച്ചയുണ്ട്.

അന്ന് അറിഞ്ഞിരുന്നില്ല പുതുവീഞ്ഞ് കൊണ്ടുവന്നതാരാണെന്ന്. പിന്നീടാണറിഞ്ഞത് മറിയത്തിന്റെ മകൻ ചെയ്ത ഇടപെടലായിരുന്നു ആ പുതുവീഞ്ഞെന്ന്. അവളുടെ കണ്ണീര് വീഴാതിരിക്കാൻ മറ്റൊരു സ്ത്രീയുടെ മുൻപിൽ അവൻ വിനയാന്വിതനായതിന്റെ കഥയല്ലാതെ മറ്റെന്താണ് കാനായിലെ അത്ഭുതം പറഞ്ഞുവെയ്ക്കുന്നത്? സ്ത്രീയെ എനിക്കും നിനക്കുമെന്ത്? എന്റെ സമയം ഇനിയുമായിട്ടില്ലെന്ന അവന്റെ മൊഴികളിൽ സ്ത്രീകളോടുള്ള അവന്റെ അനുഭാവവും അവളോടുള്ള പരിഗണനയുമാണ് നിറഞ്ഞുനിൽക്കുന്നത്.

അന്ന് അവളെ മാത്രമേ ഞാൻ അന്വേഷിച്ചുള്ളൂ. അവളുടെ ചലനങ്ങളേ ഞാൻ ഒപ്പിയെടുത്തുള്ളൂ. അവനെ ശ്രദ്ധിച്ചില്ല. അവനും അവിടെയുണ്ടായിരുന്നു. അമ്മ മേരിക്കൊപ്പം. ആരവങ്ങളില്ലാതെ, അതിഭാവുകത്വത്തിന്റ പ്രഭകളില്ലാതെ.

പുഴകളെ തേടിപ്പോയ ഞാൻ കടലിനെ മറന്നതിന്റെ സങ്കടം ഇനിയെന്നു തീരുമോ ആവോ?

അവനെക്കുറിച്ചുള്ള നിറം പിടിപ്പിക്കുന്ന കേട്ടുകേൾവികൾ

കഥകൾക്ക് ക്ഷാമമില്ലാത്ത നാട്ടിലാണ് ഞാൻ ജനിച്ചത്. അതുകൊണ്ട് തന്നെ ഒത്തിരി കഥകൾ ബാല്യത്തിൽ കേട്ടിട്ടുണ്ട്. ഒരുപക്ഷേ ഈ നസ്രായനെ പ്രണയിക്കാനുള്ള ഒരു കാരണം അവനെക്കുറിച്ചു ബാല്യത്തിൽ കേട്ട കുറെയധികം അത്ഭുതകഥകൾ തന്നെയാണ്. ആ കഥയിലെ നായകനോട് തോന്നിയ ഒരു തരം അനുരാഗവും ആരാധനയുമാണ് എന്റെ ഈ യാത്രകൾ. ആരാധ്യനെ കാണാനുള്ള യാത്രകൾ തുടങ്ങിയിട്ട് നാളുകളേറെയായി. കഥ കേട്ടതും ആളുകളോടു സംസാരിച്ചതും മിച്ചം. ആ കഥകളിലെ നായകനെ ഓർക്കാൻ ഇപ്പോൾ ഇവിടെയുള്ള ഒരു അരുവി കാരണമാകുന്നു.

അരുവി ഇപ്പോഴും ശാന്തമായി ഒഴുകുന്നുണ്ട്. കുട്ടികൾ അവരുടേതായ കളികളിൽ വ്യാപൃതരാണ്. വർഷങ്ങൾക്കുമുമ്പ് ഈ അരുവിക്കരയിൽ എന്റെ പ്രാണപ്രിയൻ വന്നതിനെക്കുറിച്ചുള്ള കഥ ഇപ്രകാരമാണ്.

ബാലനായ യേശുവിന് അന്ന് അഞ്ച് വയസ്സായിരുന്നു. ഈ അരുവിയുടെ തെക്കേ ഭാഗത്ത് അവനും അവന്റെ കൂട്ടുകാരുമൊത്തു കളിച്ചുകൊണ്ടിരിക്കുമ്പോൾ അവരിൽ ഒരുവൻ ഈശോയോടു കളിമണ്ണുകൊണ്ട് കുരുവികളെ രൂപപ്പെടുത്തുവാൻ പറഞ്ഞു. കൂട്ടുകാരുടെ ഇംഗിതത്തിനുവേണ്ടി അവൻ അവിടെയുണ്ടായിരുന്ന കളിമണ്ണുകൊണ്ട് പന്ത്രണ്ടു കുരുവികളെ മെനഞ്ഞെടുത്തു. മനുഷ്യരെ മണ്ണിൽ നിന്നും ഉണ്ടാക്കുന്ന പിതാവായ ദൈവത്തിന്റെ ലാഘവത്തോടെ ഈ സൃഷ്ടി ചെയ്തുകൊണ്ടിരിക്കുന്നത് ഒരു സാബത്ത് ദിവസമായിരുന്നു.

അവൻ ആ കളിമണ്ണുകൊണ്ട് മെനയുന്നത് കണ്ട യഹൂദർ അപ്പനായ ജോസഫിനെ വിവരമറിയിച്ചുകൊണ്ട് ഇങ്ങനെ പറഞ്ഞു: "നോക്കൂ, നിങ്ങളുടെ കുട്ടി അരുവിക്കരയിലുണ്ട്. അവൻ കളിമണ്ണെടുത്ത് പന്ത്രണ്ടു കുരുവികളെ ഉണ്ടാക്കി സാബത്തിനെ നിന്ദിച്ചിരിക്കുന്നു."

വിവരമറിഞ്ഞ ജോസഫ് വേഗത്തിൽ തന്നെ അരുവിക്കരയിലേക്ക്

ചെന്നു. മകനായ യേശുവിനെ വഴക്കു പറഞ്ഞു. "സാബത്തു നാളിൽ അനുവദിക്കപ്പെട്ടിട്ടില്ലാത്ത ഇക്കാര്യങ്ങൾ ചെയ്തത് എന്തിനാണ്?"

വളർത്തച്ഛന്റെ വഴക്കു കേട്ട ഉടനെ യേശു കൈ കൊട്ടി കുരുവികളോട് ഉച്ചത്തിൽ പറഞ്ഞു: "വിട്ടു പിരിയൂ, പറക്കൂ; നിങ്ങൾക്കിപ്പോൾ ജീവനുള്ള സ്ഥിതിക്ക് എന്നെ ഓർക്കൂ."

കുരുവികൾ ചിറകടച്ച് പറന്നകന്നു.

ഈ ശിശു ആരായിത്തീരും എന്ന് കണ്ടുനിന്നവർ പരസ്പരം പറഞ്ഞ് അത്ഭുതപ്പെട്ടു. കഥയാണോ സംഭവമാണോ എന്നറിയില്ല; ഈ അരുവിയിൽ ഇപ്പോഴും എന്റെ പ്രാണപ്രിയന്റെ നിശ്വാസങ്ങളുണ്ട്. അവന്റെ കുഞ്ഞുപാദങ്ങൾ ഈ അരുവിയുടെ തീരത്ത് ഇപ്പോഴും സജീവമായി തന്നെയുണ്ട്.

മറ്റൊരു പ്രവർത്തിയെക്കുറിച്ച് ഞാൻ കേട്ടത് ഇങ്ങനെയാണ്: മരം കയറുന്നതിൽ വൈദഗ്ദ്ധ്യം തെളിയിച്ച എന്റെ പ്രിയൻ ഒരു ദിവസം ഒരു വീടിന്റെ മേൽക്കൂരയിൽ കൂട്ടുകാരുമൊത്ത് കളിക്കാൻ കയറി. അവന്റെ കൂടെ കളിച്ചിരുന്നവരിൽ ഒരു കുട്ടി ശ്രദ്ധിക്കാതെ മേൽക്കൂരയിൽ നിന്നും തനിയെ താഴേക്ക് വീണു മരിച്ചു. മറ്റുകുട്ടികൾ ഇത് കണ്ടു പേടിച്ച് ഓടിയകന്നു. യേശു മാത്രം മരിച്ചവന്റെ കൂടെ ഇരുന്നു.

മരിച്ച കുട്ടിയുടെ രക്ഷിതാക്കൾ എത്തിയപ്പോൾ അവർ യേശുവിനെ കുറ്റപ്പെടുത്തി. "കുഴപ്പക്കാരാ, നീയാണ് അവനെ താഴേക്കിട്ടത്." എന്നാൽ യേശു മറുപടി പറഞ്ഞു: "ഞാൻ അവനെ താഴേക്കിട്ടില്ല. അവൻ സ്വയം വീഴുകയായിരുന്നു. അവൻ ശ്രദ്ധാപൂർവ്വം കളിക്കാതിരുന്നപ്പോൾ മേൽക്കൂരയിൽ നിന്ന് ഉതിർന്നു വീണു മരിക്കുകയായിരുന്നു." തുടർന്ന് യേശു കുട്ടിയുടെ മൃതദേഹത്തിനരികിൽ നിന്നുകൊണ്ട് ഉച്ചത്തിൽ വിളിച്ചു പറഞ്ഞു: "എഴുന്നേൽക്കൂ, എന്നോടു സംസാരിക്കൂ. ഞാൻ നിന്നെ താഴെ ഉന്തിയിട്ടുവോ?"

മരിച്ച കുട്ടി പൊടുന്നനെ എഴുന്നേറ്റുകൊണ്ട് പറഞ്ഞു: "ഇല്ല നീയെന്നെ താഴേക്കുന്തിയിട്ടില്ല. നീ എന്നെ ഉയിർത്തെഴുന്നേൽപ്പിക്കുകയായിരുന്നു." തിരിച്ചു കിട്ടിയ കുട്ടിയെ മാറിൽ ചേർത്ത് അവന്റെ മാതാപിതാക്കൾ യേശുവിനോടു മാപ്പപേക്ഷിച്ച് ദൈവത്തെ മഹത്വപ്പെടുത്തി. അവനെക്കുറിച്ചുള്ള കഥകൾ എത്ര പറഞ്ഞാലും തീരുന്നില്ല. രണ്ടു കഥകൾ കൂടെ ഞാൻ ഇപ്പോൾ ഓർക്കുന്നുണ്ട്. ഈ കഥകൾ തന്റെ അധ്യാപകനാണ് എന്നോടു പറഞ്ഞു തന്നത്. ശരിയാണോ തെറ്റാണോ എന്നൊന്നുമറിയില്ല. അവനെ സ്നേഹിക്കാൻ എനിക്ക് ആ കഥകൾ തന്നെ ധാരാളം.

യേശുവിന് ആറു വയസ്സുള്ളപ്പോൾ അമ്മ മറിയം മൺകുടത്തിൽ നിറയെ വെള്ളം കോരിക്കൊണ്ടുവരാൻ അവനെ പറഞ്ഞയച്ചു. വെള്ളം

കോരിക്കൊണ്ടുവരുന്ന വഴിയിൽ വെച്ച് അവന്റെ മൺകുടം ഉടഞ്ഞ് വെള്ളം ഒഴുകിപ്പോയി. വെള്ളം കുടം തകർന്നുപോയതറിഞ്ഞ നിമിഷം തന്നെ ബാലനായ യേശു മേൽക്കുപ്പായം നിവർത്തിക്കൊണ്ട് മണ്ണിൽ വീണ ജലം വീണ്ടും നിറച്ച് കൊണ്ടുവന്ന് അമ്മയ്ക്ക് കൊടുത്തു. മൺകുടത്തിൽ നിറഞ്ഞ ജലത്തേക്കാൾ ആയിരം മടങ്ങ് വെള്ളം അമ്മ മറിയത്തിന് അവൻ നൽകി. ഇതെങ്ങനെ സംഭവിച്ചു എന്ന അമ്മ മറിയത്തിന് അവൻ ഒരു ചെറുപുഞ്ചിരി സമ്മാനിച്ച് അമ്മയെ അത്ഭുതപ്പെടുത്തി.

എന്റെ പ്രിയനെക്കുറിച്ചുള്ള മറ്റൊരു കഥ ഇങ്ങനെയാണ്:

നാട്ടിൽ വറുതിയായിരുന്നു. ദാരിദ്ര്യത്തിന്റെ നീർച്ചുഴിയിൽപ്പെട്ട് എല്ലാവരും വല്ലാതെ ക്ലേശിക്കുന്നത് മനസ്സിലാക്കിയ യേശു ഒരു വിതയ്ക്കാരനൊപ്പം പോയി വിതച്ചു. "ഈ ദേശത്തിന്റെ വിശപ്പ് മാറ്റാൻ ഈ വിത കാരണമാകട്ടെ" എന്ന് പ്രാർത്ഥിച്ചാണ് യേശു വിത്തിറക്കിയത്.

ദിവസങ്ങൾക്കുള്ളിൽ അവൻ വിതച്ച വിത്തെല്ലാം കതിരായി. നൂറുമേനി വിളവ് ലഭിച്ചപ്പോൾ ആ ഗ്രാമത്തിലെ പാവപ്പെട്ടവരെ വിളിച്ചു വരുത്തി ധാന്യം അവൻ സൗജന്യമായി നൽകി. ആരും വിശന്നിരിക്കുന്നത് കാണാൻ ഇഷ്ടമില്ലെന്ന് പറഞ്ഞ് എന്റെ പ്രിയൻ അവരുടെ പുഞ്ചിരി വീണ്ടെടുത്തു.

ഈ സംഭവങ്ങളെല്ലാം വെറും കഥകളാവാൻ സാധ്യതയില്ല. എന്റെ യാത്രകൾ ഇപ്പോൾ ഈ കഥകൾക്കു പിന്നിലുള്ള ഗുണപാഠം നല്ലതുപോലെ എന്നെ പഠിപ്പിക്കുന്നുണ്ട്. യാത്രകൾ തീരാതിരിക്കട്ടെ, ഒപ്പം കഥകളും. എന്റെ പ്രിയൻ അനേകരെ ഇന്ന് സ്പർശിക്കുന്നത് കഥ പറഞ്ഞുകൊണ്ടാണെന്ന് കേൾക്കുന്നുണ്ട്. ധൂർത്തപുത്രന്റെ കഥയും വിതക്കാരന്റെ ഉപമയും നല്ല സമറായന്റെ കരുണയുമെല്ലാം കഥകൾക്കപ്പുറത്തുള്ള അവന്റെ ജീവിതനിലപാടുകളിലേക്കാണ് വെളിച്ചം വീശുന്നത്.

ഇനി അവനെ കാണുമ്പോൾ ഒരു കഥ പറയാൻ പറയണം. അവൻ കഥ പറയുന്നത് കേട്ട് മയങ്ങാൻ ഇപ്പോൾ മനസ്സ് കൊതിക്കുന്നു. എല്ലാം സാധ്യമായാൽ മതിയായിരുന്നു.

പ്രാർത്ഥനയുടെ മലമുകളിൽ

ദൈവഹിതത്തിന് കീഴടങ്ങാത്ത മനസ്സാണ് എന്റെ പ്രശ്നം. ഒരു മരത്തിൽ നിന്നും മറ്റൊരു മരത്തിലേക്ക് അതിവേഗത്തിൽ സഞ്ചാരം ചെയ്യുന്ന ചില വന്യജീവികളെപ്പോലെ ഞാനും എന്റെ മനസ്സും അതിവേഗത്തിൽ എങ്ങോട്ടോ കുതിക്കുന്നുണ്ട്. ശരീരക്ഷീണം പോലും മറന്ന് നടന്ന് തുടങ്ങിയിട്ട് നാളുകളേറെയായിരിക്കുന്നു. പിൻതിരിഞ്ഞു നോക്കുമ്പോൾ യാത്രകളെല്ലാം ശൂന്യമായിരുന്നു എന്നു മാത്രമേ പറയാൻ കഴിയുന്നുള്ളൂ. എവിടെയാണ് എനിക്ക് പാളുന്നത്? എന്താണ് എന്റെ ജീവിതത്തിന്റെ പരാജയ കാരണം?

ചോദ്യങ്ങൾ ഏറുന്നു. ഉത്തരങ്ങൾ കണ്ടെത്താനാവാതെ അതേ ചോദ്യങ്ങൾ ആവർത്തിക്കുന്നു. "ആ കാണുന്ന മലയിലേക്ക് പോകാം." ഞാൻ എന്നോടു തന്നെ പറഞ്ഞു. കടലുകൾ ഗൃഹാതുരത്വമുണർത്തുന്നവയാണെങ്കിൽ മലകൾ പ്രാർത്ഥനയുടെ ഇരിപ്പിടങ്ങളാണ്. അരൂപിയുടെ മൂന്നാം പ്രാവ് മലമുകളിൽ തന്നെയാണ് കൂടുകൂട്ടുന്നത്.

എന്റെ പ്രിയൻ കയറിയ മലയാണിത്. പിശാചിനെ അത്ഭുതകരമായി തോൽപ്പിച്ച മല. പ്രാർത്ഥനാപൂർവ്വം ഈ മല ചവിട്ടുന്നവർ നിശ്ചയമായും വേടന്റെ കെണിയിൽ നിന്നും മാരകമായ വിഷസർപ്പങ്ങളിൽ നിന്നും രക്ഷ നേടും.

യാത്രയേറിയപ്പോൾ പ്രാർത്ഥന മറന്ന മടയനാണ് ഞാൻ. മിഴിപൂട്ടി ഒരു മണിക്കൂറല്ല, അൽപനേരം പോലും ഇരുന്ന് ധ്യാനിക്കാനാവുന്നില്ല. പ്രാർത്ഥനയായിരുന്നിരിക്കണം എന്റെ പ്രിയന്റെ വിജയരഹസ്യം. നിലാവ് തെളിയും മുമ്പേ മിഴിപൂട്ടി പ്രാർത്ഥിക്കാൻ അവൻ ഇവിടെ വന്നുകാണും. ഈ മലയിൽ അവന്റെ വിയർപ്പിന്റെ ഗന്ധമുണ്ട്. പ്രാർത്ഥനാപ്പൂക്കൾ ഈ മലയിൽ വിടർന്നു നിൽക്കുന്നു. പ്രലോഭകനെ തോൽപ്പിച്ച ഈ മലയിൽ കയറാനായതു തന്നെ ഭാഗ്യം. ഇനി പ്രാർത്ഥിക്കണം. എല്ലാം മറന്ന് അല്പനേരം ആ പരമചൈതന്യത്തെ ധ്യാനിക്കണം.

Sunil Jose

ആഗ്രഹമുണ്ട് പ്രാർത്ഥിക്കാൻ. ഒന്നും നടക്കുന്നില്ല. ഇന്ദ്രിയങ്ങളുടെ പിന്നാലെ മനസ്സ് പായുമ്പോൾ പ്രാർത്ഥന മുടങ്ങുന്നു. ലോകമോഹങ്ങളുടെ മായാനദി എന്റെ പ്രാർത്ഥനയുടെ തിരിനാളം കെടുത്തി ഒഴുകിപ്പോകുന്നു. പ്രിയനേ, നീ ശിഷ്യരെ പ്രാർത്ഥിക്കാൻ പഠിപ്പിച്ചതുപോലെ എന്നെ പ്രാർത്ഥിക്കാൻ പഠിപ്പിക്കുക.

ദൈവഹിതം തിരയലായിരുന്നു നിനക്ക് പ്രാർത്ഥന. നീ പ്രാർത്ഥനയിലൂടെ ഈ ഭൂമിവിട്ട് സ്വർഗ്ഗത്തിലേക്ക് പറന്നുപൊങ്ങി ദൈവത്തിന്റെ മാറിടത്തിൽ മറഞ്ഞിരുന്ന് മാലാഖമാരോടും വിശുദ്ധരോടുമൊത്ത് ദിനരാത്രങ്ങളോളം പ്രാർത്ഥിച്ചിട്ടുണ്ടാവും. പ്രാർത്ഥന കൂടാതെ സ്വർഗ്ഗത്തിന്റെ വാതായനങ്ങൾ തുറക്കുകയില്ലെന്ന് നിനക്ക് നല്ലതുപോലെ അറിവുണ്ടായിരുന്നു. സകല പുണ്യങ്ങളുടെയും എല്ലാ അനുഗ്രഹങ്ങളുടെയും ഉറവിടം പ്രാർത്ഥനയാണ്. ദൈവത്തിന്റെ പക്കലേക്ക് പോകുവാനും ഐശ്വരത്തിന്റെ നദിയിൽ നീരാടുവാനും ഏറ്റവും ഫലപ്രദവും എളുപ്പവുമായ മാർഗ്ഗം പ്രാർത്ഥന തന്നെ. പ്രവർത്തനം കൂടിയപ്പോൾ പ്രാർത്ഥിക്കാൻ ഞാൻ മറന്നുപോയിരിക്കുന്നു. പ്രിയനേ, നീ മൂന്നു പ്രലോഭനങ്ങളെയും അതിജീവിച്ചത് പ്രാർത്ഥനാപൂർവ്വം തന്നെ.

ഞാനിപ്പോൾ മാലാഖമാരുടെ തോഴനല്ല. മാലാഖമാരുടെ സ്വരവും കേൾക്കുന്നില്ല. എന്നിൽ പിശാചിന്റെ അനുയായികൾ തോഴരാകുന്നു. സകല പ്രലോഭനങ്ങളിലും ഞാൻ വീണുപോകുന്നു.

കല്ലുകളെ അപ്പമാക്കാനുള്ള പരിശ്രമത്തിലാണ് ഞാൻ. എന്റെ കഴിവും എന്റെ പ്രാഗത്ഭ്യവും വെച്ച് പുതിയ അപ്പസംസ്ക്കാരം രൂപപ്പെടുത്തുന്നു. സാത്താനുമൊത്ത് നീ സന്ധിയില്ലാസമരം ചെയ്തപ്പോൾ ഞാൻ ഇപ്പോൾ അവനോട് അപ്പത്തിന്റെ വില വർദ്ധനവിനായ് സന്ധി ചെയ്തിരിക്കുന്നു. അപ്പത്തെക്കാൾ വലുതായി എനിക്ക് ഇപ്പോൾ മറ്റൊന്നുമില്ല.

ഞാനിപ്പോൾ ആരുടെ മുമ്പിലും കുമ്പിടാൻ തയ്യാറാണ്. നിങ്ങൾ എന്റെ മുമ്പിൽ കുമ്പിടുമെങ്കിൽ ഞാൻ നിങ്ങൾക്ക് മുമ്പിലും കുമ്പിടാം എന്ന കൊടുക്കൽ വാങ്ങലുകളാണ് എനിക്കധികവും.

എല്ലാം വെട്ടിപ്പിടിക്കാൻ ഈ മദ്ധ്യാഹ്നത്തിലും ഞാൻ തയ്യാറാണ്. ലോകം മുഴുവൻ കാണിച്ച് ഇതെല്ലാം നിനക്കു തരാം എന്നു പറഞ്ഞപ്പോൾ പ്രാർത്ഥനാപൂർവ്വം വീക്ഷിച്ചവനെ മറന്ന് ലോകം മുഴുവൻ നേടി ഞാൻ എന്റെ ആത്മാവിനെ ആ പിശാചിന്റെ സന്തതിക്ക് പണയം വെച്ചിരിക്കുന്നു. എല്ലാം തകർന്ന എനിക്ക് ഇനി മോചനമില്ലായിരിക്കുമല്ലേ? പ്രാണനാഥാ, ഈ പിശാചിന്റെ വലയത്തിൽ നിന്നും എന്നെ നീ മോചിപ്പിക്കുക. ഈ മല ഇപ്പോൾ രൂപാന്തരീകരണ മലയാവട്ടെ. വെളിപാടിന്റെ ഉത്സവഭൂമിയായി നിന്റെ പ്രിയ ശിഷ്യന്മാരായ യാക്കോബും പത്രോസും

യോഹന്നാനും മാറിയതുപോലെ ഈ മലയിൽ ഇപ്പോൾ എനിക്കും രൂപാന്തരീകരണം സംഭവിക്കട്ടെ.

ഞാൻ പ്രാർത്ഥിക്കാം. ജീവന്റെ അവസാന ശ്വാസം നിലയ്ക്കുവോളവും സാത്താന്റെ പ്രലോഭനങ്ങളെ നീ ചെറുത്ത് തോൽപ്പിച്ചതുപോലെ തോൽപ്പിക്കാം. എന്റെ പിഴകൾ ഇനി ഞാൻ ആവർത്തിക്കാതിരിക്കാം. നിന്നെ മറന്ന് നേടിയതെല്ലാം ഇപ്പോൾ എനിക്ക് ശാപങ്ങളായി തോന്നുന്നു. നാഥാ, നീ ഈ മലയിലേക്ക് വീണ്ടും കയറുക. അബ്രാഹത്തിന് മകനെ തിരികെ നൽകിയതുപോലെ എന്റെ വ്രണിതമായ മനസ്സിനെയും ആത്മാവിനെയും തിരികെ തരിക. ആകാശം എന്റെ പ്രാർത്ഥന ശ്രവിച്ചുവോ എന്നറിയില്ല. ഒരു മേഘം വന്ന് എന്നെ പൊതിയുന്നതായും എന്റെ ഭാരം തീരെ കുറയുന്നതായും അനുഭവപ്പെടുന്നു.

ഞാൻ അടിമുടി രൂപാന്തരപ്പെട്ടു. 'കൽപനകൾ പാലിക്കുവിൻ' എന്ന സ്വരവും മോശയ്ക്ക് നൽകിയ കല്പനകളുടെ പകർപ്പും ഇപ്പോൾ എനിക്ക് കൈവന്നിരിക്കുന്നു. തിരുഹിതം തിരഞ്ഞവനെ അനുധാവനം ചെയ്യാൻ എന്നിൽ ഇനിയും ശ്വാസം ബാക്കിയാവുന്നു.

മലയിറങ്ങുമ്പോൾ ഞാനെന്റെ പാദുകം അവിടെ ഉപേക്ഷിച്ചു. ഇനിയുള്ള യാത്രകൾ നഗ്നപാദനായി...

ശാന്തം സുന്ദരം ദൈവാലയം

എല്ലാമൊന്ന് തുറന്നു പറഞ്ഞപ്പോൾ മനസ്സിനൊരു ആശ്വാസം. എത്ര നാളാണ് ഇങ്ങനെ തനിച്ച് യാത്ര ചെയ്യുക? ഒഴുകാത്ത പുഴയിൽ മാലിന്യം നിറയുമെന്ന് പറയുന്നത് ശരിതന്നെ. ഞാൻ യാത്ര ചെയ്യുന്നുണ്ടായിരുന്നു. പക്ഷേ എന്റെ മനസ്സ് നിശ്ചലമായിരുന്നു.

ആ മലമുകളിലേക്കുള്ള എന്റെ യാത്ര എന്നെ വല്ലാതെ ആശ്വസിപ്പിച്ചിരിക്കുന്നു. ഏതോ മാലാഖ എന്നെ കൈ പിടിച്ച് എഴുന്നേൽപ്പിച്ചിരിക്കുന്നു. ഇനിയും ദീർഘദൂരം യാത്ര ചെയ്യാനുള്ള പാഥേയം ആ മലമുകളിൽ നിന്നും എനിക്കാരോ നീട്ടി തന്നിരിക്കുന്നു. വിശപ്പും ദാഹവും ഇപ്പോൾ എന്നെ അലട്ടുന്നില്ല.

അമിതവൈകാരികതയുടെ തിരമാലകൾ ഉയരുന്നില്ല. ചളിയിൽ കളിച്ച് മടങ്ങി വന്ന കുഞ്ഞിനെ അമ്മ കുളിപ്പിച്ച് മൂർദ്ധാവിൽ മുത്തം വച്ച് പുത്തനുടുപ്പണിയിച്ചതുപോലെ എന്തോ എന്നിൽ സംഭവിച്ചിരിക്കുന്നു. പ്രാർത്ഥന മുടങ്ങിയതും പിശാചിന് കൂലിവേല ചെയ്തതുമാകാം എന്റെ യാത്രകളുടെ പരാജയം.

ചുട്ടുപൊള്ളുന്ന സൂര്യതാപമേറ്റിട്ടും ഇപ്പോൾ എനിക്ക് ക്ഷീണം തോന്നുന്നില്ല. മരുഭൂമികൾ ഇപ്പോൾ മലർവാടികളായതുപോലെ. സഞ്ചാരി പ്രാർത്ഥന മറന്നപ്പോഴാണ് കൊടിയ വിപത്തുകളിൽപ്പെട്ട് ഉഴറാൻ തുടങ്ങിയത്. എന്റെ ഏറ്റുപറച്ചിലുകളുടെ സ്വരം ഉയർന്നപ്പോൾ ഞാൻ എന്നെ തന്നെ നിയന്ത്രിക്കാൻ തുടങ്ങി. ഇപ്പോൾ നടന്നുനീങ്ങുന്ന വഴിയിലൂടെ പലരും യാത്രയാകുന്നുണ്ട്. ലക്ഷ്യമില്ലാത്ത യാത്രകൾ ചെയ്തു മടുത്ത എനിക്ക് അവരോടൊപ്പം യാത്രപോകാൻ തെല്ലും ലജ്ജയില്ലായിരുന്നു. നിങ്ങൾ എങ്ങോട്ടാണ് പോകുന്നത്? കൂട്ടത്തിലൊരാളോടു ചോദിച്ചു: "ഇന്ന് ജെറുസലേം ദേവാലയത്തിൽ പ്രത്യേക പ്രാർത്ഥനയും കാഴ്ചവെയ്പ്പും നടക്കുന്ന ദിവസമാണ്." പ്രാർത്ഥനകൾ ആരംഭിക്കേണ്ടത് ദൈവാലയത്തിൽ നിന്നു തന്നെ എന്ന ചിന്തയോടെ ഞാനും ജെറുസലേം ദേവാലയത്തിലേക്ക് അവർക്കൊപ്പം യാത്രയായി.

ആ ദേവാലയം എനിക്ക് മതാത്മകതയുടെ സംഗമഭൂമിയായാണ് തോന്നിയത്. ആചാരങ്ങളുടേയും അന്ധവിശ്വാസങ്ങളുടെയും മേളനം ദേവാലയത്തിൽ നിറഞ്ഞുനിന്നിരുന്നു. നാണയമാറ്റക്കാരും പ്രാവ്

വിൽപ്പനക്കാരുമെല്ലാം ആ ദേവാലയത്തിന്റെ പവിത്രതയെ തെല്ലൊന്നുമല്ല കളങ്കപ്പെടുത്തുന്നത്. മാറ്റാൻ നാണയങ്ങളില്ലാത്തതിനാലും കാഴ്ച വയ്ക്കാൻ കാണിക്കയില്ലാത്തതിനാലും നീണ്ട ആ വരിയിൽനിന്ന് സമയം അധികം കളയേണ്ടിവന്നില്ല.

ജീവിതാന്തസ്സിന് ചേരാത്ത പല കാഴ്ചകളും ആ ദൈവാലയത്തിൽ നടമാടിയിരുന്നു. ശരീരം പ്രദർശിപ്പിച്ചു നടക്കുന്ന സ്ത്രീകളും ആ സൗന്ദര്യം ആസ്വദിച്ചു നടക്കുന്ന പുരുഷകോമരങ്ങളും കവർച്ചക്കാരും ചൂതാട്ടക്കാരും ആ ദേവാലയത്തിൽ അങ്ങിങ്ങ് നടന്നിരുന്നു. നിയമം മറന്ന നിയമപാലകരും മേലങ്കി ധരിച്ച മതനേതാക്കന്മാരും എല്ലാം എന്റെ പ്രാർത്ഥനകളെ നശിപ്പിക്കുമെന്ന് തോന്നി. ഇതൊക്കെ കണ്ട് ദൈവം ലജ്ജിച്ചിരിക്കുകയാണോ എന്നു പോലും സംശയമായി. കൃപയുടെ താഴ്വരകളിൽ അശുദ്ധിയുടെ ആഗ്നേയസർപ്പങ്ങൾ തലപൊക്കുന്നത് കെട്ടകാലത്തിന്റെ സൂചനകൾ തന്നെ. കാമുകീകാമുകന്മാരുടെ പരസ്പരമുള്ള ആശ്ലേഷങ്ങൾ ഉൾപ്പെടെ ആ ദൈവാലയ പരിസരത്ത് കണ്ടപ്പോൾ അറപ്പുതോന്നി.

ഇതിനേക്കാൾ എത്രയോ പവിത്രമാണ് മറ്റു പല സ്ഥലങ്ങളും. ആരും ഈ അനാചാരങ്ങളെയൊന്നും എതിർത്ത് തോൽപ്പിക്കാൻ വരാറില്ലേ?

എന്റെ നിസ്സഹായത കേട്ടുവോ നീ? ഇതാ, എന്റെ പ്രാണപ്രിയൻ ആ ദൈവാലയത്തിലേക്ക് കടന്നുവരുന്നു. നീ എന്തിനാണ് ഇവിടെ വന്നത്? നിന്റെ വിശുദ്ധിക്ക് കളങ്കം ചാർത്താനോ? നീ പ്രാർത്ഥിക്കാൻ തിരഞ്ഞെടുത്ത സ്ഥലം ശരിയായില്ല. വേഗം പോവുക. നിന്റെ മന സാക്ഷിക്ക് നിരക്കാത്ത പലതും ഇവിടെ നടക്കുന്നുണ്ട്. ഇതെല്ലാം ഉള്ളിൽ പറഞ്ഞു.

ഉടനെ അതു സംഭവിച്ചു. നീ ഇത്രമേൽ രോഷാകുലനായി മുമ്പെങ്ങും കണ്ടിട്ടില്ല. ചാട്ടവാറുകൊണ്ട് നീ ആ ദൈവാലയത്തെ ശുദ്ധീകരിക്കാൻ തുടങ്ങിയിരിക്കുന്നു. നാണയമാറ്റക്കാരുടെ മേശകൾ പിടിച്ച് പുറത്തെ റിയാൻ മാത്രം ശക്തി നിന്റെ ബലിഷ്ഠമായ കരങ്ങൾക്ക് അപ്പോൾ ഉണ്ടാ യിരുന്നു. സുഖപ്പെടുത്തുന്ന, മാർദ്ദവമായ കരങ്ങൾ ഇപ്പോൾ നന്മയുടെ യുദ്ധത്തിന് തയ്യാറെടുത്തിരിക്കുന്നതുപോലെ തോന്നി. നിമിഷനേരം കൊണ്ട് നീ ദൈവത്തെ ആ ദേവാലയത്തിലേക്ക് പുനഃപ്രതിഷ്ഠിച്ച് കടന്നുപോയി. മിന്നൽ വേഗത്തിൽ ഞാൻ നിന്നെ തിരഞ്ഞെങ്കിലും നീ എന്നിൽ നിന്നു മാത്രമല്ല ആ ദേവാലയത്തിൽ നിന്നും പടിയിറങ്ങിയി രുന്നു. ഇപ്പോൾ ദേവാലയം ശാന്തമായിരിക്കുന്നു. സുന്ദരമായിരിക്കുന്നു. എല്ലാം ക്രമമാക്കാൻ കഴിവുള്ള അവന്റെ സാന്നിധ്യത്തെ നമ്മൾ മനുഷ്യരെങ്ങനെ വാഴ്ത്താതിരിക്കും? ഇപ്പോൾ ആ ദൈവാലയത്തിൽ കുന്തിരിക്കത്തിന്റെ മണമുണ്ട്. വിശുദ്ധിയുടെ നിറശോഭയുണ്ട്.

കടമ്പകൾ ഇനിയുമേറെ

നിന്നിലേക്കെത്താൻ കടമ്പകൾ ഇനിയും ഒരുപാടു തരണം ചെയ്യണം എന്ന് പഠിപ്പിക്കാനാണോ എന്നറിയില്ല ധനികനായ ആ യുവാവിനെ അന്ന് പരിചയപ്പെട്ടത്. ഓരോ യാത്രയിലും എത്രയെത്ര മുഖങ്ങളെയാണ് നമ്മൾ കണ്ടുമുട്ടുന്നത്. വളരെ കുറച്ച് മുഖങ്ങൾ മാത്രമേ എന്നിട്ടും നമ്മളെ സ്പർശിക്കുന്നുള്ളൂ. നമുക്കിഷ്ടമില്ലാത്തവരും ഇഷ്ടമുള്ളവരും ഒരുപോലെ ഈ വഴിത്താരയിലൂടെ നടന്നു പോകുന്നുണ്ട്. ചിലരെ മാത്രം നമ്മൾ നെഞ്ചിൽ ചേർക്കുന്നു. മറ്റു പലരേയും നമ്മൾ ഹൃദയത്തിലേക്കു പോലും അടുപ്പിക്കാറില്ല.

ചിലരെ നമ്മൾ ഹൃദയകോവിലിൽ പൂവിട്ടു പൂജിക്കാറുണ്ട്. ചിലരെ ഹൃദയത്തിൽ നിന്നും ആട്ടിയോടിക്കാൻ പല കളികളും നടത്താറുമുണ്ട്. ഇന്ന് ഒരാളെയെങ്കിലും എന്റെ ഹൃദയത്തോടടുപ്പിക്കണം എന്ന സുകൃത ജപം ചൊല്ലിയാണ് ഞാൻ ഉണർന്നത്. ആദ്യം കണ്ടവനെ തന്നെ ചേർക്കാമെന്നു കരുതി.

അയാൾ ഒരു യുവാവായിരുന്നു. യുവാക്കളോട് പലപ്പോഴും നമ്മൾ എന്തുകൊണ്ടോ ഒരു കൈയകലം സൂക്ഷിക്കാറുണ്ട്. അവർ ചെയ്യുന്ന കാര്യങ്ങളോട് അനാവശ്യമായ ചില എതിർപ്പുകൾ നമ്മൾ പ്രദർശിപ്പിക്കാറുമുണ്ട്. ഇവൻ കാഴ്ചയിൽ തന്നെ ധനികനാണെന്ന് മനസ്സിലാവുന്നുണ്ട്. കൂസലില്ലാത്ത നടത്തവും എല്ലാവരും തന്നെക്കാൾ താഴ്ന്നവരാണെന്ന മുഖഭാവവും ആവശ്യത്തിലധികം അഹങ്കാരവും ആ മുഖത്ത് നിറഞ്ഞുനിന്നിരുന്നു. എങ്കിലും ഞാൻ അതൊന്നും വക വെച്ചില്ല. ഇന്നത്തെ പ്രതിജ്ഞ നിറവേറ്റാൻ ഞാൻ തീരുമാനിച്ചു. പേരെന്താ? അവൻ തിടുക്കത്തിൽ തന്നെ എന്തോ പറഞ്ഞു. എനിക്ക് ഒന്നും മനസ്സിലായില്ല. ചോദ്യം ആവർത്തിച്ചാലോ എന്ന് വിചരിച്ചു. പക്ഷേ ചോദിച്ചില്ല. പേരു മനസ്സിലാക്കിയതുപോലെ തലയാട്ടി.

എന്റെ എല്ലാ ചോദ്യങ്ങൾക്കും അവൻ ഒറ്റവാക്കിൽ ഉത്തരം പറഞ്ഞു. ഇനി എങ്ങനെ ഇവനെ ഹൃദയത്തിൽ ചേർത്തു വെയ്ക്കും എന്ന്

എനിക്കറിയാതെയായി. അങ്ങനെയാണ് ചില കാര്യങ്ങൾ, നമ്മുടെ കൈ പിടിയിലൊന്നും ഒതുങ്ങില്ല.

അവസാനം ഒരു ചോദ്യം കൂടെ ചോദിച്ച് അവനിൽ നിന്നും പടിയിറങ്ങാൻ തന്നെ തീരുമാനിച്ചു.

"നീ സംതൃപ്തനാണോ?"

ആ ചോദ്യത്തിന് അവൻ നൽകിയ ഉത്തരം നിശ്ശബ്ദതയായിരുന്നു. വാക്കുകൾ മൗനത്തിന് വഴിമാറിയപ്പോൾ ഞാനവനിൽ നിന്നും ഒളിച്ചോടാൻ തയ്യാറെടുത്തു.

"നിങ്ങൾ തൃപ്തനാണോ?"

പെട്ടെന്നാണ് ആ ചോദ്യം എന്നിലേക്ക് നീണ്ടത്. ഉത്തരത്തിനു വേണ്ടി അവൻ കാത്തു നിന്നില്ല. അവൻ പറഞ്ഞു: "ഈ ലോകത്തുള്ള ആരും തൃപ്തരല്ല. എല്ലാവരും എന്തിനൊക്കെയോ വേണ്ടി അലയുകയാണ്. ഒന്നും ഉപേക്ഷിച്ച് കളയാൻ പറ്റാത്ത നിസ്സഹായരാണ് മനുഷ്യർ. ജന്തുക്കളുടെ മുമ്പിൽ തലയുർത്തി നിൽക്കാൻ പോലും നമുക്ക് യോഗ്യതയില്ല."

അവന്റെ വാക്കുകളിൽ ഞാൻ എന്തോ ചില സൂചനകൾ വായിച്ചെടുത്തു.

"തൃപ്തനായ ആരെയും നീ കണ്ടില്ലേ നാളിതുവരെയും."

അല്പ നേരത്തെ ആലോചനയ്ക്കുശേഷം അവൻ പറഞ്ഞു: "ഒരാളെ ഞാൻ കണ്ടു. ഉള്ളിൽ തൃപ്തിയുള്ള ഒരു മനുഷ്യൻ. അയാൾ മനുഷ്യനല്ലെന്ന് വിശ്വസിക്കാനാണെനിക്കിഷ്ടം. അയാൾ മറ്റേതോ ദേശത്തു നിന്നും വന്ന സന്ന്യാസിയാണെന്നു തോന്നുന്നുണ്ട്."

"ആരാണയാൾ; അയാളുടെ പേര് ഓർമ്മയുണ്ടോ?" ഞാൻ ആകാംക്ഷയോടെ ചോദിച്ചു.

"ഉവ്വ്. നസ്രായൻ എന്നാണെന്ന് തോന്നുന്നു. എന്റെ തോന്നലുകളാണെല്ലാം." അവൻ ആത്മഗതം ചെയ്തു.

അയാളിൽ ഞാൻ സംതൃപ്തിയുടെ അർത്ഥം കണ്ടു. ഒന്നുമുണ്ടായിരുന്നില്ല അയാളുടെ കൈയിൽ. എങ്കിലും അയാൾ സമ്പന്നനെപ്പോലെ കാണപ്പെട്ടു. അവന്റെ പുഞ്ചിരി എന്നെ അത്ഭുതപ്പെടുത്തി. ധനികനായ ഞാൻ ഒരിക്കലും അറിയാത്ത, അനുഭവിക്കാത്ത പുഞ്ചിരിയാണ് അയാൾ കാണിച്ചത്. അയാളുടെ നോട്ടത്തിലും മിതമായ സംസാരത്തിലുമെല്ലാം സംതൃപ്തി കളിയാടിയിരുന്നു. ഞാൻ അവനെ കാണുന്ന സമയത്ത് അവൻ തന്റെ കൂടെ നിന്നവരോട് ഇങ്ങനെ പറയുന്നുണ്ടായിരുന്നു: "വിളമ്പിയത് ഭക്ഷിക്കുവിൻ." ഇലയോ വിഭവമോ അവിടെ

ഉണ്ടായിരുന്നില്ല. എന്നിട്ടും എന്തിനാണ് ഇയാൾ ഇങ്ങനെ പറയുന്നതെന്ന് അല്പനേരം കൊണ്ട് ഞാൻ മനസ്സിലാക്കി.

അവന്റെ വാക്കുകളിൽ ആ നസ്രായനോടുള്ള ആദരവ് നിറഞ്ഞു നിൽക്കുന്നതു പോലെ തോന്നി. അയാൾക്ക് ഞാൻ എന്റെ സമൃദ്ധിയിൽ നിന്നും വാരിക്കോരി നൽകാം എന്ന് പറഞ്ഞപ്പോൾ അയാൾ അതെല്ലാം സ്നേഹപൂർവ്വം നിരസിച്ചു. അയാളുടെ മുഖത്ത് അഭൗമമായ ഒരു തേജസ്സുണ്ടായിരുന്നു. ഞാൻ ഇന്നോളം അത്തരമൊരു തേജസ്സ് ആരിലും കണ്ടിട്ടില്ല.

അയാളുടെ വാക്കുകൾ എന്നെ ശരിക്കും ആകർഷിച്ചു. എന്നിൽ അവൻ ഒരു അത്ഭുതലോകം തീർത്തു. യുവാവായ എനിക്ക് ഇന്നോളം കിട്ടാത്ത സ്നേഹവും സംരക്ഷണവും അവൻ നിമിഷ നേരംകൊണ്ട് എനിക്ക് നൽകി. എനിക്ക് അവനൊരു അത്ഭുതമായിരുന്നു. എന്നിൽ മുഴുവനും അവൻ നിറയുന്നതുപോലെ തോന്നി. കേൾക്കുന്നതിലും കാണുന്നതിലുമെല്ലാം അപ്പുറത്തേക്ക് അവൻ എന്നെ കൂട്ടിക്കൊണ്ടു പോയി.

അവനെ അനുഗമിക്കാൻ തന്നെ ഞാൻ തീരുമാനിച്ചു. അവൻ പറഞ്ഞു നിർത്തിയപ്പോൾ ഞാൻ ഇടയിൽ കയറി ചോദിച്ചു.

“അല്ല, നീ ഇപ്പോൾ അവനെ അനുധാവനം ചെയ്യുന്നുണ്ടെന്നാണോ പറഞ്ഞുവരുന്നത്? അവന്റെ സാക്ഷിയായാണോ നീ ജീവിക്കുന്നത്.”

എന്റെ ചോദ്യങ്ങൾക്ക് അവൻ ‘അല്ല’ എന്ന് മറുപടി നൽകി.

“അതെന്തേ, നിന്നെ ആദരിച്ച, നിന്നെ സ്നേഹിച്ച, നിനക്ക് സംരക്ഷണ കവചമൊരുക്കിയ അവനെ നീ എന്തേ അനുധാവനം ചെയ്തില്ല?”

അവൻ മറുപടി പറഞ്ഞു. “എല്ലാത്തിനും ഞാൻ തയ്യാറായിരുന്നു. അവന്റെ ശിഷ്യനാവാൻ വേണ്ട പരിശീലനം സിദ്ധിക്കാമെന്ന് മനസ്സു കൊണ്ട് ഉറപ്പിച്ചതുമായിരുന്നു. പക്ഷേ ആ ഗുരു അതിനൊന്നും എന്നെ സമ്മതിച്ചില്ല. എനിക്കൊരു കുറവുണ്ട് എന്നു പറഞ്ഞ് അവൻ എന്നെ തിരിച്ച് അയച്ചു.”

“നിയമങ്ങളൊക്കെ നീ പാലിച്ചിരുന്നില്ലേ.”

ഞാൻ ചോദ്യം ആവർത്തിച്ചു. അവൻ തലയാട്ടി.

“എന്നിട്ടുമെന്തേ അവൻ നിന്നെ തിരസ്ക്കരിച്ചു?”

“എനിക്കുള്ളതെല്ലാം വിറ്റ് ദരിദ്രർക്ക് കൊടുക്കാൻ പറഞ്ഞു. പിന്നെ ഞാൻ അവനെ കണ്ടില്ല.”

“കൊടുക്കാൻ നീ തയ്യാറായിരുന്നോ?” എന്റെ ചോദ്യത്തിന് മുന്നിൽ തല കുനിച്ച് അവൻ ഏറെ നേരം നിന്നു.

അവനും ഞാനും രണ്ടു കൈവഴികളിലൂടെ പിരിഞ്ഞു പോയി. നിനക്കൊരു കുറവുണ്ടെന്ന് എന്റെ പ്രിയൻ എന്നെ നോക്കി പറയുമോ? വീടും നാടും ഉപേക്ഷിച്ചു വന്ന എന്നെ നോക്കി അവൻ എന്താണ് പറയാൻ പോകുന്നത്? എന്റെ ഉള്ള് പിടയാൻ തുടങ്ങി. എന്റെ കുറവുകൾ എന്നെ ഇപ്പോൾ ഭയപ്പെടുത്തുന്നു.

സമർപ്പണവഴിയിൽ ഞാൻ പരാജിതനാണ്. എല്ലാം സമർപ്പിച്ചു എന്ന് അക്ഷരത്തിലേയുള്ളൂ. ജീവിതത്തിൽ ഇനിയും സ്വന്തങ്ങളുടെയും ഇഷ്ടങ്ങളുടെയുമെല്ലാം മൊട്ടുസൂചികൾ ധാരാളമുണ്ട്. കൊടുക്കുന്നതിനേക്കാൾ ഇഷ്ടം എനിക്കിപ്പോഴും സ്വീകരിക്കാൻ തന്നെയാണ്. ഒന്നും പൂർണ്ണാർത്ഥത്തിൽ കൊടുത്തിട്ടില്ല. കുഞ്ഞുങ്ങൾ വളപ്പൊട്ടു സൂക്ഷിച്ച് വെയ്ക്കുന്നതുപോലെ ഞാൻ പലതും ആരും കാണാതെ എന്റെ പൊക്കണത്തിൽ മൂടി വെച്ചിട്ടുണ്ട്. എല്ലാം വലിച്ചെറിയാൻ ഇപ്പോഴും മനസ്സ് രൂപപ്പെട്ടിട്ടില്ല.

ഒറ്റനക്ഷത്രമേ, നീ കേൾക്കുക

ഞാൻ നിസ്സഹായനായി ആകാശത്തേക്കു നോക്കി. അവിടെ ഒരു വാൽനക്ഷത്രം മാത്രം. ആ നക്ഷത്രത്തോട് ഞാൻ എന്തൊക്കെയോ പറഞ്ഞ് കരയാൻ തുടങ്ങി. ഒറ്റനക്ഷത്രമേ, ഈ രാത്രി നിനക്കുള്ളതാണ്. നിനക്ക് മാത്രമുള്ളത്. ഈ രാത്രി ഞാൻ മരണത്തിലേക്ക് വഴുതി വീണാൽ ബാക്കി പൂരിപ്പിക്കാൻ നീ വേണം. പ്രിയനോടുള്ള എന്റെ ഇഷ്ടം നീ അവനെ അറിയിക്കണം. ഞാൻ ജീവിച്ചതും അലഞ്ഞതും മരിച്ചതും അവനുവേണ്ടിയാണെന്ന് നീ പറയണം. ആകാശത്തിലെ ഒറ്റനക്ഷത്രമേ, നീ ശ്രദ്ധിച്ചു കേൾക്കുക. ആകാശത്ത് ഇന്ന് നീ മാത്രമേയുള്ളൂ; നീ മാത്രം. അതുകൊണ്ടാണ് എന്റെ സ്വകാര്യതകളുടെ സൂക്ഷ്മരഹസ്യങ്ങൾ പോലും നിന്നോട് പറയുന്നത്.

മറ്റ് നക്ഷത്രങ്ങളെ നീ ഇന്ന് വിളിച്ചുണർത്തരുത്. അവർ സുഖമായി ഉറങ്ങട്ടെ. ഞാൻ പറയുന്നത് നിന്റെ കാതിലാണ്. ഈ രാത്രി നമുക്കുള്ള താണ്. നിനക്കും എനിക്കും മാത്രമുള്ള വേദനകളുടെ രാത്രി. ആ ജ്ഞാനികൾക്ക് നീ അന്ന് വഴികാട്ടിയല്ലേ? ആ പുൽത്തൊഴുത്തിൽ നീ അവരെ വഴിതെറ്റിക്കാതെ എത്തിച്ചില്ലേ? അതുപോലെ നീ എന്തേ എന്നെ വഴികാട്ടാതിരുന്നത്? ഒരുപക്ഷേ ഞാൻ അവരെപ്പോലെ ജ്ഞാനിയാ വാത്തതുകൊണ്ടാവാം. അവരെപ്പോലെ അധ്വാനിക്കാൻ ആഗ്രഹിക്കാതിരു ന്നതുകൊണ്ടാവാം.

ഒറ്റനക്ഷത്രമേ, നീ കേൾക്കുക എന്റെ സങ്കടം. എല്ലാവർക്കും ആരെ ങ്കിലുമൊക്കെയുണ്ടായിരുന്നു; ഗുരുവായും സഖിയായും മക്കളായും മാതാ പിതാക്കളായും അങ്ങനെ പലവേഷത്തിൽ ജീവിതവഴികളിൽ പ്രകാശ മായി. പക്ഷേ എനിക്ക് ഇന്നോളം ആരുമില്ല. ഇപ്പോൾ ഞാൻ മരണത്തെ പ്രണയിച്ചു തുടങ്ങിയിരിക്കുന്നു.

ഒറ്റനക്ഷത്രമേ, നീ കേൾക്കുക, എന്റെ പ്രാണന്റെ ഖേദം മറ്റാരും കേട്ടിട്ടില്ല. കേൾക്കുന്നതായി നടിച്ച് അവർ എന്നിൽ നിന്നും എങ്ങോട്ടോ

മിന്നിമറഞ്ഞുപോയി. എല്ലാവർക്കും ഞാനൊരു പരിഹാസപാത്രമായിരുന്നു. ബുദ്ധിയും യുക്തിയും ഇഴചേർന്നപ്പോഴാണ് തീർത്ഥാടനം തുടങ്ങിയത്. ക്രിസ്തുവായിരുന്നു ലക്ഷ്യം. ക്രിസ്തുവെന്ന കടലിൽ ലയിക്കുകയായിരുന്നു മാർഗ്ഗം. പലനാൾ അവനെ ഞാൻ കണ്ടുവെങ്കിലും ഞാൻ അവന് അപരിചിതൻ മാത്രം. എനിക്കവനെയോ അവന് എന്നെയോ അറിയുമോ എന്നു നിശ്ചയമില്ല. എന്തുനേടി എന്ന് ആരെങ്കിലും ചോദിച്ചാൽ നേടിയതു കാണിക്കാൻ എന്റെ കൈയിലിന്ന് ഒന്നുമില്ല. മുഷിഞ്ഞ ഓർമ്മകളും നിറംമങ്ങിയ ജീവിതചിത്രങ്ങളും മാത്രം.

ഒറ്റനക്ഷത്രമേ, നീ കേൾക്കുക, എന്റെ നിയോഗം ഇപ്പോഴും എനിക്ക് തിരിച്ചറിയാനായിട്ടില്ല. ഒന്നും ചെയ്തു തീർത്തു എന്നു പറയാൻ എനിക്കില്ല. എന്റെ വാക്കുകളെ നിനക്ക് വിശ്വസിക്കാം. ഞാനെന്റെ പ്രാണനാഥനായി മരുഭൂവിലലഞ്ഞതും മലകയറിയതുമെല്ലാം വെറുതെയാകുന്നു. സ്വപ്നങ്ങൾ നശിച്ചവന്റെ വാക്കുകൾ നിന്നെ അലോസരപ്പെടുത്തുന്നുണ്ടോ? ഇനി പറയില്ല ഞാൻ. ഒരിക്കലും ഇനി നമ്മൾ കാണുമോ എന്നുപോലും എനിക്കറിയില്ല. നിന്റെ പ്രകാശത്തിന് മങ്ങലേറ്റുവോ? മാപ്പ്... നിന്റെ വിലയേറിയ സമയം കളഞ്ഞതിന്.

ഒന്ന് കണ്ണടച്ച് ഞാൻ ഇരുന്നപ്പോഴേക്കും നീ പോയല്ലേ? സാരമില്ല. വിരഹം എനിക്കിപ്പോൾ പതിവായിരിക്കുന്നു. പ്രണയിച്ചതിനേക്കാൾ ഏറെ ഞാൻ ഇപ്പോൾ വിരഹത്തെ ഇഷ്ടപ്പെട്ടുതുടങ്ങിയിരിക്കുന്നു. എന്റെ കഥ കേട്ടു നീ എവിടെയാണ് പോയി ഒളിച്ചത്? നീയും എന്നെ തനിച്ചാക്കിയോ?

ഇതാ, വേനലിലെ മഴ പെയ്യുന്നുണ്ട്. പുതുനാമ്പുകൾക്ക് ജീവനേകുന്ന ഈ മഴയിൽ എന്റെ വിരഹവേദനകൾ ഒലിച്ചുപോയെങ്കിലെന്നു ഞാൻ ആഗ്രഹിക്കുന്നു. എന്റെ നെറുകിൽ വീണ ഈ മഴത്തുള്ളികൾക്ക് വീണ്ടും ജനനത്തിന്റെ നാൾവഴികൾ എനിക്കായി തുറന്നിടാൻ കഴിയട്ടെ...

ഈ രാത്രി മഴ തീരാതിരിക്കട്ടെ... നക്ഷത്രങ്ങൾ ഉറങ്ങുന്ന ഈ പാതിരാത്രി പുത്തൻപുലരികൾക്ക് വഴികാട്ടിയാവട്ടെ. ആ പുലരി എന്നെ പുതുജീവനിലേക്ക് വഴി നടത്തട്ടെ...

ബലിയർപ്പണനിറവിൽ

ചില ദിവസങ്ങളും ചില രാത്രികളും അങ്ങനെയാണ്. ചില ഭ്രാന്തുകൾ തലയ്ക്കു പിടിക്കും. വിഷാദത്തിന്റെ മൂർദ്ധന്യതയിൽ എന്തൊക്കെയോ പുലമ്പും. പിന്നെ അതിന്റെ കുറ്റബോധവും പിടിച്ച് അനേകം ദിവസങ്ങൾ തള്ളിനീക്കും.

ഇന്നു മുതൽ ഞാൻ പുതിയ ഒരു മനുഷ്യനാവുകയാണ്. കഴിഞ്ഞ രാത്രിയിൽ മരണമേ, നീയെന്നെ ദംശിക്കുക എന്നാണ് പറഞ്ഞിരുന്നതെങ്കിൽ ഇന്ന് മരണമേ നീ എന്നിൽ നിന്നും ഇനി ദൂരെ പോവുക എന്നതാണെന്റെ പ്രാർത്ഥന. ഇന്നലെ ആ ഒറ്റനക്ഷത്രത്തെ ഒത്തിരി ഞാൻ നിരാശപ്പെടുത്തി. പറയാൻ പാടില്ലാത്ത പലതും ആ പാവത്തോടു ഞാൻ പറഞ്ഞുപോയി. ആത്മഹത്യയെക്കുറിച്ചുപോലും ചർച്ച ചെയ്തു.

ദൈവത്തെ തേടുന്ന എന്നിൽ പിശാച് ആവസിച്ച കഷ്ടരാത്രിയായിരുന്നു ഇന്നലെ. ചില തോന്നലുകൾ പുലമ്പുന്ന എന്റെ അറിവില്ലായ്മകളെ പ്രിയനേ, നീ പൊറുക്കുക. ഇന്നലെ ഏലിയാ പ്രവാചകൻ രാത്രിയുടെ ഏതോ യാമത്തിൽ എന്റെ ചാരെ വന്നിരുന്നു. വാടാമുൾച്ചെടിയുടെ ചോടെ ഇരുന്ന് മരണത്തിനായി പ്രവാചകൻ പ്രാർത്ഥിച്ചതും ഒരു കാക്ക വന്ന് വിളിച്ചുണർത്തി യാത്ര ചെയ്യാൻ പ്രചോദിപ്പിച്ചതുമായ സംഭവം എനിക്ക് പറഞ്ഞു തന്നു.

ദൈവം അയയ്ക്കുന്ന മാലാഖമാർ പല രൂപത്തിൽ നമ്മെ തേടി വരുന്നത് സ്വപ്നത്തിലാണെന്ന് ഞാൻ ഇന്നലെ അറിഞ്ഞു. എന്നെ വിളിച്ചുണർത്താൻ ദൈവം നിശ്ചയമായും ഒരു മാലാഖയെ അയയ്ക്കും. എന്റെ കൂടെ നടന്ന് എനിക്കു വേണ്ടതെല്ലാം ചെയ്തുതരാൻ തോബിയാസിന്റെ കൂടെ നടന്ന റഫായേൽ മാലാഖ വരും.

ഇനി എത്ര പ്രയാസങ്ങൾ നേരിട്ടാലും എത്രയെത്ര പ്രലോഭനങ്ങളിലൂടെ കടന്നുപോയാലും ആത്മഹത്യയെക്കുറിച്ച് ചിന്തിക്കുകയോ ദൈവത്തിനെതിരെ പരാതി പറയുകയോ ചെയ്യുകയില്ല. പരാതി പറഞ്ഞവരാരും കാനാൻ ദേശം കണ്ടില്ല. പറുദീസയുടെ പുണ്യം

Sunil Jose

നുകർന്നില്ല. തേനും പാലും ഒഴുകുന്ന ദേശം സ്വന്തമാക്കിയവരെല്ലാം ദൈവത്തിൽ ആശ്രയിച്ച് അതിജീവിച്ചവരായിരുന്നു. ചെങ്കടൽ കടന്നതും കോട്ട മതിൽ തകർത്ത് രക്ഷ നേടിയതുമെല്ലാം ദൈവാശ്രയബോധ ത്തോടെ ജീവിച്ചവരാണെന്ന് ഞാൻ മറന്നുപോയിരിക്കുന്നു. മറവി ചില പ്പോഴെങ്കിലും പാപത്തിലേക്കുള്ള നാട്ടുവഴികൾ തന്നെയാണ് തീർക്കു ന്നത്.

ഇന്ന് പലതും പറഞ്ഞ് സമയം കളയാനില്ല. അവന്റെ സ്നേഹം നുകരാൻ, അവനായി ജീവിക്കാൻ എനിക്ക് ബലിയർപ്പിച്ചേ മതിയാകൂ. പ്രളയത്തെ അതിജീവിക്കാൻ നോഹയെ ശക്തിപ്പെടുത്തിയത് അവന്റെ ബലിയർപ്പണമാണെന്ന് കേട്ടിട്ടുണ്ട്. ബലിയർപ്പിക്കാൻ വേണ്ട ബലിമൃഗമോ ബലിപീഠമോ ഇല്ല; എങ്കിലും ഉള്ള ഈ സാഹചര്യത്തിൽ ഞാനെന്റെ നാഥന് കൃതജ്ഞതയുടെ ബലിയർപ്പിക്കും.

ഈ നിമിഷം നീ തന്നതിന്
നന്ദിയല്ലാതെ ഞാൻ എന്തുചൊല്ലും?
പരിഭവിക്കില്ല ഞാൻ നാഥാ, ഒരുനാളിലും
നിൻ നന്മ വാഴ്ത്തുമീ പതിതന്റെ ബലിയിൽ
നീ പ്രീതനാകൂ..
ഇവിടെ നിന്ന് ബലിയർപ്പിക്കാൻ
അവകാശമുണ്ടോ
എന്നൊന്നും എനിക്കറിയില്ല
എല്ലാം വരുന്നിടത്തുവെച്ച് കാണാം
ബലിയർപ്പിക്കാൻ തന്നെ ഞാൻ തീരുമാനിച്ചു.

ഓ... ബലിയർപ്പിക്കുമ്പോൾ ഞാൻ തനിച്ചല്ല. ചുറ്റിലും കെരൂബുകളും ക്രോവേന്മാരും അണിചേരുന്നു. ഒരു വൃന്ദം മാലാഖമാർ സ്വർഗ്ഗീയഗാനം ആലപിക്കുന്നു. ബലിയുടെ ധന്യനിമിഷങ്ങളിൽ ഞാൻ മറ്റേതോ ദേശ ത്തേക്ക് എടുക്കപ്പെടുന്നു. വെള്ളത്തിന് മുകളിലൂടെ ഒലിച്ചിറങ്ങിയ റൂഹ എന്നെ ചലിപ്പിക്കുകയും ക്രമപ്പെടുത്തുകയും ചെയ്യുന്നു. ഒരുപക്ഷേ ബലിയർപ്പിക്കുമ്പോഴാണ് നമ്മൾ യാത്ര പോകുന്നത്. എല്ലാം മറന്ന് തമ്പുരാന്റെ ഗുരുപാദങ്ങളിലേക്ക്. ആ പരംപൊരുളിനെ നാം അനുഭവി ക്കുന്നതും നമ്മെ അവിടുന്ന് അനുഗ്രഹിച്ചാശീർവദിക്കുന്നതും അപ്പോ ഴാണ്. ശരണപ്പെടാൻ ഭൂമിയിൽ നിന്നും മനുഷ്യാത്മാവ് യാത്ര പോകു ന്നത് ദൈവസന്നിധിയിലേക്ക് തന്നെ. ഭൂമിയിലെ യാത്രയ്ക്ക് പൂർണ്ണത കൈവരുന്നത് ബലിയർപ്പണത്തിലൂടെയല്ലാതെ മറ്റുവഴികളിലൂടെയല്ല. ഓരോ പരമാണുവിലും നിറഞ്ഞു നിൽക്കുന്ന, അറിവിന്റെ പൊരുളായ നിത്യനൂതന ചൈതന്യത്തിന്റെ സമൃദ്ധി മനുഷ്യർക്ക് ലഭ്യമാക്കുന്ന

സുന്ദരനിമിഷങ്ങളാണ് ബലിയർപ്പണനിമിഷങ്ങൾ. ബലിയർപ്പണങ്ങൾ മുടങ്ങുമ്പോഴാണ് അനർത്ഥങ്ങൾ പടികയറി ജീവിതത്തിന്റെ മാറ്റു കുറയ്ക്കുന്നത്. എല്ലാം തകർന്നു തരിപ്പണമാവുന്നതും സ്വപ്നങ്ങൾ ചിന്നിത്തെറിച്ച് നിർദ്ധനനാവുന്നതും ബലി മുടങ്ങുമ്പോഴാണ്.

പിശാചിനെ ചെറുത്തുതോൽപ്പിക്കാൻ ബലിയോളം മറ്റു മാർഗ്ഗങ്ങളില്ല. ബലിയർപ്പിക്കാത്ത മനസ്സുകളിലേക്ക് പല രൂപഭാവങ്ങളോടെ അവൻ അകത്തു കടക്കും. ഉള്ളിലെ പുണ്യങ്ങളുടെ പൂന്തോട്ടത്തെ അവൻ തല്ലിത്തകർക്കും. ഒടുവിലെ പുഷ്പത്തെപോലും ചവിട്ടിയരച്ച് അവൻ നമ്മെ നിരാശനാക്കും. ജിവിതവഴികളിൽ ഇടറി വീണവരെല്ലാം ബലിയർപ്പിക്കാൻ മറന്നവർ തന്നെ. മറ്റുള്ളവർക്ക് വേണ്ടിയും വരും തലമുറയ്ക്ക് വേണ്ടിയും ഇതാ, ഞാൻ ബലിയർപ്പിക്കുന്നു. മോറിയ മലയിൽ ദഹനബലിയർപ്പിച്ച പൂർവ്വപിതാവിനെപ്പോലെയും ശ്രേഷ്ഠമായത് കാഴ്ചവെച്ച് ബലിയിലേക്ക് പ്രവേശിച്ച ആബേലിനെപ്പോലേയും ഇതാ നാഥാ, ഞാൻ ഈ ബലിയർപ്പിക്കുന്നു. സ്വീകരിച്ചാലും അനുഗ്രഹിച്ചാലും ആശീർവദിച്ചാലും...

ഇനിയും മുറിയപ്പെടാത്ത മനസ്സുകൾക്ക്, രോഗശയ്യയിൽ മരണം കാത്തുകിടക്കുന്ന രോഗികൾക്ക്, പ്രാർത്ഥന ലഭിക്കാതെ മരണപ്പെട്ട ആത്മാക്കൾക്ക്, വരുംനാളുകളിൽ ബലിയർപ്പിക്കാൻ ഒരുങ്ങുന്ന മക്കൾക്ക്, ജീവിതം നാഥനായ് ഹോമിച്ച സകലർക്കും ഞാൻ ഈ ബലി സമർപ്പിക്കുന്നു.

പീഡനങ്ങളുടെ കാലം ആരംഭിക്കുന്നു

ബലി കഴിഞ്ഞതേ ഉണ്ടായിരുന്നുള്ളൂ. ആരോ എനിക്ക് ചുറ്റും വന്ന് നിന്ന് കയ്യാമം വെച്ച് എന്നെ കൊണ്ടുപോകുന്നു. ചെയ്യാത്ത തെറ്റിന് ശിക്ഷിക്കപ്പെടുക എന്നത് ദുസ്സഹമാണ്. അപരിചിതരാണധികവും. നിങ്ങളെന്നെ എവിടേക്കാണ് കൊണ്ടുപോകുന്നത്? ഞാൻ ചെയ്ത തെറ്റെന്ത്? ഒന്നിനും അവർ മറുപടി പറഞ്ഞില്ല. കാരണമില്ലാത്ത വേദന കൾ ഇതാ, എന്നെ തേടി വന്നിരിക്കുന്നു. പോകുന്ന വഴിയാണ് ഞാൻ ആ കാഴ്ചകൾ കണ്ടത്. ഈന്തപ്പനയുടെ തളിരിലകൾ കൈകളിലേന്തി അവർ തന്റെ പ്രിയനെ എതിരേൽക്കുന്നു.

അവരുടെ സന്തോഷത്തിന്റെ ആരവം ദിഗന്തം മുഴങ്ങുന്നുണ്ട്. എല്ലാവരും രക്ഷകനെ വാഴ്ത്തുന്നു. ഹോസാന എന്ന വാക്കുകൾ അവർ സാഘോഷം ഏറ്റുപാടുന്നു. രക്ഷകനെ കണ്ടതിന്റെ സന്തോഷം അവർ തെല്ലൊന്നുമല്ല പ്രകടിപ്പിക്കുന്നത്. കർത്താവിന്റെ നാമത്തിൽ വന്നവനും ഇസ്രയേലിന്റെ രാജാവുമായവൻ, വാഴ്ത്തപ്പെട്ടവൻ എന്ന് അവർക്കൊപ്പം പറഞ്ഞ് അവരെപ്പോലെ സന്തോഷിക്കാൻ കഴിഞ്ഞിരുന്നെങ്കിലെന്ന് ഞാൻ ആഗ്രഹിച്ചു. ലാസറിനെ മരിച്ചവരിൽ നിന്ന് ഉയർപ്പിച്ച അവസര ത്തിൽ അവനോടൊപ്പം നിന്ന ജനക്കൂട്ടം അവിടെയും വന്നിട്ടുണ്ട്.

ലോകം ഇപ്പോൾ ആ നസ്രായനെ ഏറ്റെടുത്തിരിക്കുന്നു. നാഥാ, ഞാനും അവരെപ്പോലെ സന്തോഷിക്കാൻ ആഗ്രഹിക്കുന്നു. നിന്റെ ചാരെ നിന്ന് നീ എന്റെ രാജാവും നേതാവുമാണെന്ന് ഏറ്റു പറയുവാൻ മനസ്സ് തുടിക്കുന്നു. നിന്നെ കാണാനായിരുന്നില്ലേ എന്റെ ഈ യാത്രകൾ? ഇല്ല പരാതിയില്ല. ഹോസാന എന്ന് ഞാൻ ഈ ദുഃഖസന്ധ്യയിലും ഏറ്റു പറയും. രക്ഷകന് രക്ഷിക്കാതിരിക്കാൻ ആവില്ല. നിന്റെ രാജകീയ പ്രവേശനം കാണാനെങ്കിലും കഴിഞ്ഞല്ലോ. ഈ പട്ടാളക്കാർ അതിന് നിമിത്തമായല്ലോ. ഒരുപക്ഷേ ഇവർ എന്നെ പിടിച്ചു കൊണ്ടുപോകാൻ

വന്നില്ലെങ്കിൽ ഈ സുന്ദരരംഗം ഞാൻ കാണുമായിരുന്നില്ല. ഞാനും ഈ കയ്യാമം കെട്ടി നിന്നെ വാഴ്ത്തും.

അത്യുന്നതങ്ങളിൽ ഹോസാന
കർത്താവിന്റെ നാമത്തിൽ ഹോസാന

രക്ഷകനേ, നീ എന്നെ രക്ഷിക്കുമെന്ന അറിവിൽ ഞാൻ ഇനിയുള്ള ഇരുണ്ട കാലത്തെ അതിജീവിക്കട്ടെ. അപ്പോൾ ഞാൻ ഒരു സ്വരം കേട്ടു. സീയോൻ പുത്രീ, ഭയപ്പെടേണ്ട, ഇതാ, നിന്റെ രാജാവ് കഴുതക്കുട്ടിയുടെ പുറത്ത് എഴുന്നള്ളുന്നു. ആ കേൾവി എന്റെ പ്രാണനിൽ പുതുമഴയായി.

അവർ എന്നെ പിടിച്ചുകൊണ്ടുപോയത് പ്രധാന പുരോഹിതനായ അന്നാസിന്റെ വാസസ്ഥലത്തേക്കാണ്. ജെറുസലേം ദേവാലയത്തിലേക്ക് പോയപ്പോൾ ഒരിക്കൽ ഞാൻ ഈ സ്ഥലം കണ്ടതായി ഓർക്കുന്നു. ജെറുസലേം ദൈവാലയത്തിനടുത്ത് ഒരു കിലോമീറ്റർ അകലെയാണ് ഈ സ്ഥലം സ്ഥിതി ചെയ്യുന്നത്. കയ്യാഫാസാണ് അന്നത്തെ പ്രധാന പുരോഹിതനെങ്കിലും കാര്യങ്ങളെല്ലാം നിർവഹിച്ചിരുന്നത് അന്നാസ് എന്ന മുൻ പ്രധാന പുരോഹിതനായിരുന്നു. അയാളുടെ കൊള്ളരുതായ്മകളെക്കുറിച്ച് റോമിലെ പലരും പറഞ്ഞു കേട്ട അറിവ് ധാരാളമാണ്. മനുഷ്യത്വമില്ലാതെ മൃഗതുല്യമായി ജീവിക്കുന്ന ഒരു ഒറ്റയാൻ. സ്വന്തം കാര്യം നേടിയെടുക്കാൻ അനീതിയുടെ ഏതറ്റംവരെ പോകാനും തയ്യാറാവുന്നവൻ. ദുശ്ശീലങ്ങളും ദുർവിചാരങ്ങളും മാത്രം കൈമുതലായവൻ. സമയം കഴിഞ്ഞിട്ടും കയ്യാഫാസിനെ മുന്നിൽ നിർത്തി കാര്യങ്ങൾ ചെയ്യുന്ന ശീലമാണ് ഇയാളുടേത്. കയ്യാഫാസ് ഇയാളുടെ കന്നത്തരങ്ങൾക്ക് മൗനസാക്ഷിയാകുന്നവൻ മാത്രം.

പ്രധാന പുരോഹിതരെക്കുറിച്ച് പിന്നെയും ഒത്തിരി കേട്ടിട്ടുണ്ട്. ആർഭാടജീവിതവും വഴിവിട്ട ബന്ധങ്ങളും സൂക്ഷിക്കുന്നവർ. നീതിയും ന്യായവുമെല്ലാം തന്നിഷ്ടപ്രകാരം മാറ്റിയെഴുതി പുനഃപ്രതിഷ്ഠിക്കുന്നവർ. തന്നേക്കാൾ വലുതായി ആരും ഉണ്ടാകരുതെന്ന നിർബന്ധബുദ്ധിക്കാരൻ. തനിക്കുശേഷം പ്രളയമെന്ന ധാർഷ്ട്യഭാവം വെച്ച് പുലർത്തിയവർ. സെൻഹെദ്രിൻ സംഘത്തിന്റെ തലവനാണ് ഈ പ്രധാന പുരോഹിതൻ. ആണ്ടിലൊരിക്കൽ ബലിയർപ്പിക്കുന്നവൻ. റോമക്കാർ നിയമിക്കുന്നവനാണെങ്കിലും റോമൻ സാമ്രാജ്യത്തെ പോലും വെല്ലുവിളിക്കാൻ തക്ക കഴിവും സാമർത്ഥ്യവും ഉള്ളവൻ. ഇത്രയും അധികാരവും തന്റേടവുമുള്ള മറ്റു നേതാക്കൾ ആ നാട്ടിൽ അധികമുണ്ടായിരുന്നില്ല. അങ്ങനെയുള്ള ഒരു പ്രധാന പുരോഹിതന്റെ അംഗരക്ഷകരും സേവകരുമാണ് എന്നെ ഇപ്പോൾ ബന്ധിച്ച് കൊണ്ടുപോകുന്നത്.

ലോകം നിങ്ങളെ ദ്വേഷിക്കുന്നുവെങ്കിൽ അതിനു മുമ്പേ അത് എന്നെ ദ്വേഷിച്ചു എന്ന് അറിഞ്ഞുകൊള്ളുവിൻ. "നിങ്ങൾ ലോകത്തിന്റേതായിരുന്നുവെങ്കിൽ ലോകം സ്വന്തമായതിനെ സ്നേഹിക്കുമായിരുന്നു.

എന്നാൽ നിങ്ങൾ ലോകത്തിന്റേതല്ലാത്തതുകൊണ്ട്, ഞാൻ നിങ്ങളെ ലോകത്തിൽ നിന്ന് തെരഞ്ഞെടുത്തതു കൊണ്ട് ലോകം നിങ്ങളെ ദ്വേഷിക്കും." (യോഹ15/19) എന്ന പ്രാണപ്രിയന്റെ വാക്കുകൾ എന്റെ ചെവിയിൽ മുഴങ്ങാൻ തുടങ്ങി.

പ്രധാന പുരോഹിതന്റെ കോപത്തിനിരയാവാൻ മാത്രം ഒരു തെറ്റും ഞാൻ ചെയ്തിട്ടില്ല. എന്നിട്ടും എനിക്ക് ഈ ഗതി വന്നല്ലോ. "ലോകം നിങ്ങളെ ദ്വേഷിക്കുന്നുവെങ്കിൽ" എന്ന അവന്റെ മൊഴികളുടെ ശ്രേഷ്ഠത അപ്പോൾ എന്നെ ബലപ്പെടുത്തി. "ഇനി ഏതു പാതാളത്തിലേക്കാണെങ്കിലും നിങ്ങൾ എന്നെ കൊണ്ടുപൊയ്ക്കൊള്ളൂ. ഞാൻ ലോകത്തിലാണെങ്കിലും ഇപ്പോൾ ലോകത്തിലല്ല. ആയിരുന്നെങ്കിൽ നിങ്ങളെന്നെ പിടിച്ചുകൊണ്ടുവരുമായിരുന്നില്ല." എന്റെ മൗനമൊഴികൾ ആ കൂട്ടത്തിലെ ഒരു പടയാളി കേട്ടുവോ എന്നറിയില്ല. അയാൾ എന്റെ മുഖത്ത് തന്റെ ബലിഷ്ഠമായ കരങ്ങൾകൊണ്ട് തല്ലി. വേദനകൊണ്ട് ഞാൻ പുളഞ്ഞു.

കണ്ണുതുറന്നപ്പോൾ ഞാൻ ഒരു തടവറയിലാണെന്ന കാര്യം മനസ്സിലായി. അവർ കുറ്റവാളികൾക്ക് നൽകുന്ന ഒരു പ്രത്യേകതരം ഭക്ഷണവും വെള്ളവും എനിക്ക് തന്നു. ഒരു നുള്ള് വായിൽ ഇട്ടതും എനിക്ക് മനംപുരട്ടാൻ തുടങ്ങി. തവിടുകൊണ്ടോ മറ്റോ ഉണ്ടാക്കിയിരിക്കുന്ന ഭക്ഷണം. വിശപ്പാണ് ഇതിലും ഭേദമെന്ന് നിനച്ച് ഞാൻ ആ തടവറയുടെ നാലാം കോണിൽ കൂനിപിടിച്ച് ഏറെ നേരം ഇരുന്നു.

എന്റെ തടവറയുടെ പരിസരത്ത് കൂടെ ആരൊക്കെയോ കടന്നുപോകുന്നുണ്ട്. ആരൊക്കെയോ അസഭ്യം പറയുന്നുണ്ട്. സ്നേഹം നഷ്ടപ്പെടുന്നിടങ്ങളിലെ വൈകൃതങ്ങൾ മുഴുവൻ അവിടെ നടമാടുന്നുണ്ട്. ആരുടെ മുഖവും പ്രസന്നമല്ല. ജോലികൾ ചെയ്തു തീർക്കാനുള്ള തത്രപ്പാടിൽ ജീവിതത്തിന്റെ രുചി നഷ്ടപ്പെടുത്തിയവർ. അവരോടെനിക്ക് അനുകമ്പയും സഹതാപവും തോന്നി. ജന്മം മുഴുവൻ റോമൻ ആധിപത്യത്തിന് തീറെഴുതി കൊടുത്ത ബുദ്ധിശൂന്യർ. എന്റെ മനസ്സിൽ തടവറയില്ല. സ്വാതന്ത്ര്യമേയുള്ളൂ. ഇവരാണ് യഥാർത്ഥത്തിൽ അടിമകളെന്ന് എനിക്ക് തോന്നി. ഒരുപക്ഷേ അതെല്ലാം എന്റെ വെറും തോന്നലുകളാവാം. ആരെയും വിധിക്കാൻ നമുക്ക് അവകാശമില്ലല്ലോ. എന്റെ പ്രിയൻ ആരെയും വിധിക്കരുതെന്നാണ് എന്നെ പഠിപ്പിച്ചിട്ടുള്ളത്. അവന്റെ ഇഷ്ടങ്ങളാണ് എന്റെ ഇഷ്ടങ്ങൾ. ഇനി അവനുവേണ്ടി മരിക്കാനാണ് വിധിയെങ്കിൽ ഞാനത് സന്തോഷപൂർവ്വം ഏറ്റെടുത്തുകൊള്ളാം. അവനു വേണ്ടി ഉഴിഞ്ഞുവെച്ച ഒറ്റനാണയമാണ് ഞാൻ. ഇനി എനിക്ക് എന്റേതെന്ന ചിന്തകളില്ല. ഇനി ഞാനല്ല അവൻ എന്നിൽ ജീവിക്കട്ടെ. എന്റെ മനസ്സിൽ പതിവില്ലാത്ത ധൈര്യം എവിടെ നിന്നോ പറന്നു വന്നിരിക്കുന്നു. അവന്റെ സ്നേഹം ഇപ്പോൾ എന്നെ എന്തു ചെയ്യാനും പ്രേരിപ്പിക്കുന്നുണ്ട്.

ഒന്നു മയങ്ങി ഉണർന്നപ്പോഴാണ് അങ്ങനെ ഒരു സംഭാഷണം ഞാൻ കേട്ടത്. പ്രധാന പുരോഹിതനായ അന്നാസും കയ്യാഫാസും മറ്റു സെൻഹൊദ്രിൻ സംഘങ്ങളും ഈ തടവറയുടെയടുത്താണ് ഒന്നിച്ചുകൂടി കാര്യങ്ങൾ തീരുമാനിച്ചിരുന്നത്. അവർ പറയുന്നതൊക്കെ എനിക്ക് ഈ തടവറയിൽ ഇരുന്ന് വളരെ വ്യക്തമായി തന്നെ കേൾക്കാമായിരുന്നു. അവർ ഇപ്പോൾ ചർച്ച ചെയ്യുന്നത് എന്റെ പ്രിയനെക്കുറിച്ചാണ്. അവനെ എങ്ങനെ നശിപ്പിക്കാം എന്ന് അവർ ഗൂഢാലോചന ചെയ്യാൻ തുടങ്ങിയിരിക്കുന്നു.

അവർ ഇങ്ങനെ പറയുന്നുണ്ടായിരുന്നു. നമുക്ക് ജനക്കൂട്ടത്തെ ഭയപ്പെടേണ്ടതുണ്ട്. ആ നസ്രായൻ അനേകരുടെ ഹൃദയം കീഴടക്കിയിട്ടുണ്ട്. അവനിൽ ചില അത്ഭുതസിദ്ധികളുമുണ്ട്. അതുകൊണ്ടുതന്നെ അവനെ നശിപ്പിക്കുക എന്നത് അത്ര നിസ്സാര കാര്യവുമല്ല. അവനെ ഇനി അധിക നാൾ ജീവിക്കാൻ അനുവദിക്കരുത്. അവന്റെ ഉള്ളിൽ തുടിക്കുന്ന ചോരയും ത്രസിക്കുന്ന ഹൃദയവുമുണ്ട്. അഭൗമമായ ചൈതന്യത്താൽ ഇനി ഇവിടെ അവൻ ജീവിച്ചാൽ നമുക്കാണ് നാശം. റോമൻ സാമ്രാജ്യശക്തിയെ പോലും ഒരുപക്ഷേ അവൻ തകർക്കും.

അപ്പോൾ ഒരുവൻ ഇങ്ങനെ പറഞ്ഞു: അത് ശരിയാണ്. അവന്റെ കൂട്ടത്തിൽ തീവ്രവാദ സ്വഭാവമുള്ളവരും വാൾ കൊണ്ടു നടക്കുന്നവരുമൊക്കെയുണ്ട്. അവനെ ആരും കാണാതെ വക വരുത്തുക എന്നത് നടക്കുന്ന കാര്യമല്ല.

അവന്റെ ഒളിസങ്കേതങ്ങൾ പലതാണ്. അവൻ പല സമയത്തും പല സ്ഥലത്തും പ്രത്യക്ഷപ്പെടുന്നുണ്ട്. പലതവണ നാം അവനെ കൊല്ലാൻ ആളുകളെ അയച്ചിട്ടും അവൻ അവരിൽ നിന്നെല്ലാം വിദഗ്ധമായി ഒഴിഞ്ഞുമാറി. നമ്മുടെ അവസരങ്ങൾ പാഴാവുകയാണ്. ഉടനെ എന്തെങ്കിലും ചെയ്തില്ലെങ്കിൽ നമ്മുടെ പേരും പ്രശസ്തിയും നഷ്ടപ്പെടും.

പ്രധാന പുരോഹിതൻ ഇങ്ങനെ പറഞ്ഞു: അവനെ നശിപ്പിക്കാൻ നമുക്ക് ഏതറ്റംവരേയും പോകണം. ഇനി അവന്റെ മരണമാണ് നമ്മുടെ ലക്ഷ്യം. അവനെതിരെ നമുക്ക് കരുക്കൾ നീക്കാൻ സമയമായിരിക്കുന്നു.

എനിക്ക് പേടിയാവാൻ തുടങ്ങി. എന്റെ പ്രിയന്റെ ജീവന് ഭീഷണിയായുള്ള കാര്യങ്ങളാണ് കേൾക്കുന്നത്. ഓടിപ്പോയി ഇതെങ്ങനെയെങ്കിലും അവനെ അറിയിക്കണം. ഈ തടവറയിൽ നിന്നും രക്ഷപ്പെടാൻ എന്തെങ്കിലും മാർഗ്ഗമുണ്ടാകുമോ?

ശക്തമായ ഭിത്തികളാണ് ഇവിടെ. ഇരുമ്പഴികൾക്ക് ഉരുക്കിന്റെ ശക്തിയാണ്. ഇവിടെ നിന്നും ചാടിപ്പോകാൻ മറ്റൊരു മാർഗ്ഗവുമില്ല. രക്ഷകനെ കാണാനുള്ള എന്റെ ആഗ്രഹം അനുനിമിഷം വർദ്ധിച്ചുവരുന്നു. ആരോട് സഹായം അഭ്യർത്ഥിക്കാനാണ്. സ്നേഹത്തിന്റെ വിലയറിയാത്ത ഈ

നീചപാപികളോട് എന്തു പറഞ്ഞ് രക്ഷപ്പെടാനാണ്? എന്റെ നിസ്സഹായതയ്ക്ക് പരിഹാരമില്ലല്ലോ എന്ന് ഓർത്തിരിക്കുമ്പോൾ ആ കൂട്ടത്തിലുള്ള ആരോ ഒരാൾ യൂദാസിനെക്കുറിച്ച് പറയുന്നതു ഞാൻ കേട്ടു.

അയാൾ ഇങ്ങനെയാണ് പറഞ്ഞവസാനിപ്പിച്ചത്: നസ്രായന്റെ ബലഹീനത അവന്റെ സ്നേഹിതരാണ്. മറ്റൊരു മാർഗ്ഗത്തിലൂടെയും നമുക്കവനെ നശിപ്പിക്കാൻ കഴിയുകയില്ല. അവരിൽ ഒരുവനെ എനിക്കറിയാം. യൂദാസ് സ്കറിയാത്ത എന്നാണവന്റെ പേര്. അവൻ അവരിൽ ഇപ്പോൾ തനിച്ചാണ്. പന്ത്രണ്ടു പേരും അവന്റെ സ്നേഹിതരാണെങ്കിലും അവൻ ഇപ്പോൾ അവർക്കൊപ്പമല്ല. തിളങ്ങുന്ന വെള്ളി നാണയങ്ങൾക്കു വേണ്ടി എന്തും ചെയ്യാൻ മടിക്കാത്തവനാണവൻ.

അവന്റെ തീരുമാനം തെറ്റിപ്പോയെന്ന് അവൻ പലരോടും പലപ്പോഴായി പറയുന്നത് ഞാൻ കേട്ടിട്ടുണ്ട്. വിപ്ലവവും രാഷ്ട്രീയവും തലയ്ക്കു പിടിച്ച അവൻ ക്രിസ്തു എന്ന നസ്രായനിൽ പ്രതീക്ഷയർപ്പിച്ചതെല്ലാം വെറുതെയായി എന്ന് പരിതപിക്കുന്നത് ഞാൻ കേട്ടിട്ടുണ്ട്. അടിമത്തവും അസമത്വവും ദേശത്ത് നിന്നും തുടച്ചു മാറ്റുന്ന വിപ്ലവകാരിയാണ് ക്രിസ്തു എന്ന് കരുതിയാണ് അയാൾ അവനെ അനുഗമിക്കാൻ തുടങ്ങിയത്. വർഷം മൂന്നു കഴിഞ്ഞിട്ടും അതൊന്നും നടക്കാത്തതിന്റെ അരിശത്തിലാണ് അവൻ. അവന്റെ തീരുമാനങ്ങളെ അവൻ തന്നെ ഇപ്പോൾ ശപിക്കുന്നുണ്ട്.

അവർ ഒന്നടങ്കം പറയുന്നത് ഞാൻ കേട്ടു. “അവനെയാണ് നമുക്കാവശ്യം. എന്തു വില കൊടുത്തും നമുക്കവനെ നമ്മുടെ കൂട്ടത്തിൽ നിർത്തണം. ഉയർന്ന സ്ഥാനവും സമ്പത്തും നമുക്കവന് വാഗ്ദാനം ചെയ്യാം. ഗുരുവിനെ ഒറ്റിക്കൊടുക്കാൻ അവനെ നിർബന്ധിക്കാം.”

‘ഒറ്റികൊടുക്കുക’ ആ വാക്ക് ഞാൻ ആദ്യമായാണ് കേൾക്കുന്നത്. ആർക്കാണ് മറ്റൊരുവനെ ഒറ്റികൊടുക്കാൻ കഴിയുക? പ്രത്യേകിച്ച് സ്നേഹത്തിൽ ഒന്നിച്ചു നിൽക്കുന്നവരെ? ഒറ്റികൊടുക്കുക എന്നാൽ ചതിക്കുക എന്നല്ലേ അർത്ഥം? യൂദാസിന് അതിനു കഴിയുമോ? ഇത്രയും അത്ഭുതവും അടയാളവും കണ്ടവനല്ലേ യൂദാസ്? എല്ലാക്കാര്യവും ഈശോ അവനെയാണ് ഏൽപ്പിച്ചിരുന്നത്. അവന്റെ കൈയിലാണ് എന്റെ പ്രിയൻ പണം സൂക്ഷിക്കാൻ ഏൽപ്പിച്ചിട്ടുള്ളത്. അത്രയും വിശ്വസ്തത അവനിൽ കണ്ടതുകൊണ്ടല്ലേ അവനെ ക്രിസ്തു ചേർത്തു നിർത്തിയതും സ്നേഹം കൈമാറിയതും? അവന് എന്റെ ഗുരുവിനെ ഒറ്റിക്കൊടുക്കാൻ ആവില്ല.

ഞാൻ എന്റെ മനസ്സിനെ വിശ്വസിപ്പിച്ചു.

Sunil Jose

യൂദാസിന്റെ വഞ്ചന

അവർ പറഞ്ഞതുപോലെതന്നെ ചെയ്തു. അവർ യൂദാസിനെ സ്വാധീനിച്ചു. ഞാനിത് കേട്ടാണ് ഉണർന്നത്. നമ്മുടെ പദ്ധതികളുടെ ആദ്യഭാഗം വിജയിച്ചിരിക്കുന്നു. അവരുടെ അട്ടഹാസത്തിൽ മനുഷ്യപുത്രന്റെ രക്തം കുടിക്കാനുള്ള ദാഹമുണ്ടായിരുന്നു. നന്മയെ കീഴടക്കാനുള്ള തിന്മയുടെ പദ്ധതികൾ ഇതാ രൂപപ്പെട്ടുവരുന്നു. "അവനോട് വരാൻ പറയൂ." അന്നാസ് സേവകരോട് ആജ്ഞാപിച്ചു.

യൂദാസിന്റെ സ്വരം ഞാൻ ആദ്യമായാണ് കേൾക്കുന്നത്. സൗഹൃദങ്ങളുടെ വിരുന്നുമേശയിൽനിന്ന് അത്താഴം പങ്കിട്ടവന്റെ വാക്കുകളിൽ ഇപ്പോൾ സ്നേഹത്തിന്റെ ശ്രുതിയില്ല. സാഹോദര്യത്തിന്റെ താളമില്ല. കാരുണ്യത്തിന്റെ ഭാവഭേദങ്ങളുമില്ല. യൂദാസ് ഒരുപാട് മാറിയിരിക്കുന്നു.

"നിനക്ക് അവനെ അറിയുമോ?" ആരോ അവനോട് ആ ചോദ്യം ചോദിച്ചു. അറിയുമെന്ന് അവൻ മറുപടി പറഞ്ഞു.

ഞാൻ ആത്മഗതം ചെയ്തു. യൂദാസേ, നിനക്കവനെ അറിയുമോ? അവന്റെ സ്നേഹത്തിന്റെ ആഴം അറിയുമോ? നിനക്കും എനിക്കും വേണ്ടി മാത്രം ജീവിക്കുന്നവനെ നിനക്ക് എന്തുകൊണ്ട് മനസ്സിലാക്കാൻ പറ്റാതെ പോയി? അറിയുമെന്ന് പറയരുത് നീ. എന്റെ അപേക്ഷയാണ്. അവനെ യഥാർത്ഥത്തിൽ അറിഞ്ഞിരുന്നുവെങ്കിൽ ഇന്ന് നീ ഈ നശിച്ച തടവറയുടെ സമീപത്തുള്ള ഈ സ്ഥലത്ത് വരില്ലായിരുന്നു. എന്റെ രോദനങ്ങൾ ഉയരാൻ തുടങ്ങി. യൂദാസേ, അരുത്. എന്റെ ഗുരുവിന് നിന്നെ ഇഷ്ടമാണ്. സ്നേഹത്തിന്റെ മറവിൽ നിന്ന്ശത്രുതയുടെ അസ്ത്രമെറിയല്ലേ ചങ്ങാതീ. നിനക്കെങ്ങനെ ഇതിന് കഴിയുന്നു? നിനക്കവനെ അറിയുമത്രേ. കഷ്ടം!

അവർ ഇങ്ങനെ പറയുന്നത് ഞാൻ കേട്ടു. "നിനക്ക് ഞങ്ങൾ എന്തും തരും. നീ അവനെ കാണിച്ചു തന്നാൽ മാത്രം മതി." അവൻ തന്റെ ഗുരുവിനെ ഒറ്റിക്കൊടുക്കാൻ തീരുമാനിച്ചുറപ്പിച്ചെന്ന് അവന്റെ വാക്കുകളിൽ നിന്നും എനിക്ക് മനസ്സിലായി. യൂദാസ് ഇങ്ങനെ പറഞ്ഞു: "യേശുവും ഞങ്ങളും ഒരുമിച്ചുകൂടുന്ന ഒരു രഹസ്യസങ്കേതമുണ്ട്.

കെദ്രോൺ അരുവിയുടെ അക്കരെയാണത്. അവിടെ പോയാൽ നിങ്ങൾക്കവനെ ബന്ധനസ്ഥനാക്കാം.” “നീ പറയുന്നത് സത്യമാണോ?” “റോമൻ സാമ്രാജ്യമാണേ സത്യം.” ദൈവമായ കർത്താവിന് പകരം അവൻ സാമ്രാജ്യശക്തികളിലാണ് വിശ്വസിക്കുന്നതും ആശ്രയിക്കുന്നതും. അതുകൊണ്ടാണ് റോമൻ സാമ്രാജ്യമാണേ സത്യം എന്ന് പറഞ്ഞത്.

ഒരാൾക്ക് ഇങ്ങനെയൊക്കെ വേഷം മാറാൻ പറ്റുമോ? വെള്ളയടിച്ച കുഴിമാടമാണ് യൂദാസ്. ആട്ടിൻകുട്ടിയുടെ രൂപത്തിൽ വരുന്ന ചെന്നായ്ക്കളേ, നിങ്ങൾ സൂക്ഷിച്ചുകൊൾവിൻ എന്ന് നിത്യവും പറഞ്ഞ എന്റെ പ്രാണപ്രിയാ നീ ഇവനെയാണോ കൂടെ കൂട്ടിയത്? ഇവന്റെ ഉള്ളിലെ ചെന്നായയെ നീ കണ്ടില്ലയോ?

ഓ... ദൈവമേ, എന്റെ പ്രാണപ്രിയന്റെ ജീവനാണ് ഇവൻ ഇപ്പോൾ വില പറയുന്നത്. മുപ്പത് വെള്ളിനാണയത്തിന് വേണ്ടി അവൻ അതും ചെയ്തു. നാശം, എന്റെ കൈയിൽ മുപ്പത്തൊന്ന് വെള്ളിനാണയങ്ങളുണ്ടായിരുന്നെങ്കിൽ അവന് നേരെ വലിച്ചെറിഞ്ഞ് എന്റെ പ്രാണപ്രിയനെ എനിക്ക് തിരിച്ചു തരിക എന്ന് പറയാമായിരുന്നു. എല്ലാം ഇവിടെ ഇരുന്ന്, ഈ ഇരുട്ടിലിരുന്ന് പറയാനും കേൾക്കാനും കരയാനും മാത്രമേ എനിക്ക് കഴിയുന്നുള്ളൂ. എന്റെ സങ്കടങ്ങൾ ഇപ്പോൾ എന്റെ അതിരുകൾ ഭേദിക്കുന്നു. താങ്ങാനാവാത്ത, നുകം ചുമക്കുന്ന കഴുതയെപോലെ ഞാൻ വിവശനാകുന്നു. പിന്നീട് ശബ്ദമൊന്നും ഞാൻ കേട്ടില്ല. ആരെയും കണ്ടില്ല. എല്ലാവരും എന്റെ പ്രാണപ്രിയനെ തൂക്കിലേറ്റാൻ തീരുമാനിച്ചിരിക്കുന്നു.

എന്റെ ഗുരുവിനെ അവർ കുരിശിലേറ്റാനാണ് പോകുന്നത്. അവന് പകരക്കാരനാവാൻ പോലും എനിക്ക് ഭാഗ്യമില്ലാതായല്ലോ. പുറത്ത് ഏതോ കോഴി മൂന്നു പ്രാവശ്യം കൂവുന്നു. അന്ന് രാത്രി നിലാവുദിച്ചിരുന്നില്ല. നക്ഷത്രങ്ങളും ഇല്ലായിരുന്നു. തടവറയിൽ നിന്നും കാണുന്ന കാഴ്ചകൾ മനസ്സുപോലെ ശൂന്യമായിരിക്കുന്നു. രക്ഷകന്റെ രക്ഷ ഇപ്പോൾ തുലാസിലാടുന്നു. ഇനി താബോറിന്റെ മഹത്വങ്ങളില്ല. വിലാപങ്ങളുടെ ഓർശ്ലേമില്ല... രക്തം കിനിയുന്ന ഗദ്സേമിനിയില്ല...

ആണിപ്പാടുകൾ തീർക്കുന്ന ഗോൽഗോൽത്ത മാത്രം ബാക്കിയാകുന്നു...

കടൽ കാത്തിരിക്കുന്നു പുഴയെ

പുലരി തെളിഞ്ഞിട്ടും അവിടം നിശ്ശബ്ദമായിരുന്നു. രാത്രി ഉറങ്ങാത്തതിന്റെ ക്ഷീണവും ആലസ്യവും എന്റെ ശിരസ്സിന്റെ ഭാരം കൂട്ടുന്നുണ്ട്. എനിക്ക് ഇത്രയും സങ്കടവും വേദനയുമുണ്ടെങ്കിൽ അവൾ എത്രമാത്രം സംഘർഷങ്ങളിലൂടെ കടന്നു പോയിക്കാണും. അവൾ ഉറങ്ങിയിട്ടുണ്ടാവില്ല. മകനെ ഒരു നോക്കു കാണാൻ മകന്റെ കാൽപാദം തേടി രാത്രി പകലാക്കിയിട്ടുണ്ടാവും. ദുഃഖം ഘനീഭവിച്ച രാത്രിയാമങ്ങളിൽ അവളെ സഹായിക്കാൻ അവൾക്കാരാണുള്ളത്? ജീവിതപങ്കാളിയോ മറ്റു മക്കളോ അവൾക്കില്ലല്ലോ? അവളുടെ സങ്കടങ്ങൾ ഓർക്കുമ്പോൾ തന്നെ എനിക്ക് കരച്ചിൽ വരുന്നു.

സ്നേഹം ശിരസ്സിലേറ്റിയവളാണ് ആ അമ്മ. അല്പനേരം കൊണ്ട് അവൾ എന്നിലേക്ക് പകർന്നേകിയത് ഒരിക്കലും വറ്റാത്ത സ്നേഹത്തിന്റെ നീരുറവകളായിരുന്നു. അവൾ സ്നേഹത്തെ സഹനമാക്കി കാണുമല്ലേ? സ്നേഹത്തിന്റെ നീർധാരയിൽ സങ്കടത്തിന്റെ മുൾച്ചെടികളും വളരേണ്ടതല്ലേ?

അവൾക്കവനെ ചുംബിച്ച് മതിയായിട്ടുണ്ടാവില്ല. അവളെ തനിച്ചാക്കി എത്രയോ തവണ അവൻ യാത്ര പോയിട്ടുണ്ട്. അമ്മേ, നീ എന്തിന് എന്റെ കാര്യത്തിൽ ഇടപെടുന്നു എന്നൊക്കെ വേദശാസ്ത്രികളോടു തർക്കിച്ച് നിൽക്കുന്ന ബാല്യത്തിൽപോലും അവൾ കേട്ടറിഞ്ഞതാണ്. അവനെ കാണാൻ, അവന്റെ തിരുമൊഴി കേൾക്കാൻ അവൾ എത്ര ദൂരം അലഞ്ഞിട്ടാണ് അവിടെ എത്തിയത്. എന്നിട്ട് അവന്, അവളോട് ഒന്നും പറയാൻ നേരം കിട്ടിയിരുന്നില്ല. വചനം പാലിക്കാൻ പറഞ്ഞ് അവൻ അവളെ മടക്കി അയയ്ക്കുമ്പോൾ ആ മാതൃഹൃദയം എത്ര നീറിയിട്ടുണ്ടാവും!

സ്ത്രീയേ, എന്റെ സമയം ഇനിയും ആയിട്ടില്ല എന്ന് പറഞ്ഞപ്പോഴും അവൻ മനസ്സിൽ കരുതിയത് ഈ വേദനകളിലേക്ക് പ്രവേശിക്കാൻ

എന്നെ തള്ളിവിടരുതേ എന്നാണ് പറയുന്നതെന്ന് മനസ്സിലാക്കാൻ നിനക്കായോ അമ്മേ? കന്യകമാരിൽ സുന്ദരിയായ നിന്റെ സൗന്ദര്യം ഇപ്പോൾ പാതിവഴിയിലിട്ട് ചതച്ചരയ്ക്കാൻ പോകുന്നു. നിന്റെ ഉയിരിന്റെ ഉയിരായവൻ വഹിക്കാൻ പോകുന്ന കുരിശിന്റെ ഭാരം നീ അറിയുന്നുവോ? നിന്റെ മകന്റെ മൃദുലമായ കരങ്ങളിൽ ആണിപ്പാടുകൾ തീർക്കാൻ പോകുന്നത് നീ കാണുന്നുവോ? മകന്റെ വിലാപം നിന്റെ ചങ്ക് തകർക്കുന്നുണ്ടാവുമല്ലേ?

അമ്മേ, നിന്റെ മകനെ രക്ഷിക്കാൻ ഈയുള്ളവനും കഴിയുന്നില്ല. അന്ന് ഞാൻ നിന്റെ വീട്ടിൽ വന്നപ്പോൾ മകനോടു പറയാൻ പറഞ്ഞ വാക്കുകൾ പോലും എനിക്ക് അവനെ അറിയിക്കാനായില്ല. അപമാന ഭാരത്താൽ മനം മെഴുകുപോലെ ഉരുകി ഒലിക്കുന്നു.

ഉച്ചയായി, ഇനി മണിക്കൂറുകൾ മാത്രം അവശേഷിക്കുന്നു. എന്റെ നാഥന്റെ മരണത്തിന്റെ മണിക്കൂറുകൾ. അകലെ നിന്നും ആരോ എന്നെ കാണാൻ ഇതാ വരുന്നുണ്ട്. പതുക്കെ ആ ഇരുമ്പഴികൾ പിടിച്ചു ഞാൻ എഴുന്നേറ്റു നിന്നു. റോമൻ സാമ്രാജ്യത്തിന്റെ മുദ്രയുള്ള ഒരു നിയമജ്ഞനാണതെന്ന് എനിക്ക് മനസ്സിലായി. ഞാൻ കേൾക്കാൻ വേണ്ടി കൈയിലിരുന്ന ഒരു തുകലിന്റെ ചുരുൾ തുറന്ന് എന്തോ കുറേ വായിച്ചു. ആ ഭാഷ എനിക്ക് അത്ര പിടുത്തം കിട്ടിയില്ല. വായന കഴിഞ്ഞപ്പോൾ അയാൾ തന്നെ എന്റെ തടവറയുടെ വാതിൽ തുറന്ന് എന്നെ സ്വതന്ത്രനാക്കി. അനുവാദം വാങ്ങാതെ ബലിയർപ്പിച്ചതിനും നസ്രായന്റെ സമ്മേളനങ്ങളിൽ പങ്കെടുത്ത് റോമൻ അധികാരത്തെ വെല്ലുവിളിച്ചതും കൊണ്ടുമാണ് ഇതുവരെ നീ ഈ തടവുശിക്ഷ അനുഭവിച്ചതെന്ന് അയാൾ എന്നോട് ക്രൂരമായ ഭാഷയിൽ പറഞ്ഞു. ഒരാൾ തൂക്കിലേറ്റപ്പെടുമ്പോൾ മറ്റൊരാൾ സ്വതന്ത്രനാവണം. നീ നിന്റെ സ്വാതന്ത്ര്യം ഉപയോഗിക്കുക.

അയാൾ എന്നെ സ്വതന്ത്രനാക്കി. മറിച്ചൊന്നും ചിന്തിച്ചില്ല. ഞാൻ എന്റെ ജീവന്റെ ജീവനെ കാണാൻ ശ്വാസമടക്കി ഓടി. ഓടുന്നതിനിടയിൽ ഞാൻ പലവുരു തളർന്നുവീണു. എങ്കിലും പ്രിയനെ കാണാനുള്ള എന്റെ തീക്ഷ്ണവും തീവ്രവുമായ ആഗ്രഹത്തെപ്രതി മറ്റെല്ലാ പ്രതിബന്ധങ്ങളും നിസ്സാരമായേ എനിക്ക് തോന്നിയുള്ളൂ. കപാലങ്ങൾ കഥ പറയുന്ന കാൽവരിമലയുടെ നെറുകയിലേക്ക് ഞാൻ യാത്ര തുടർന്നു. എന്റെ പ്രിയന്റെ രക്തത്തുള്ളികൾ അവിടെ തളംകെട്ടി കിടന്നിരുന്നു. ചിതറിത്തെറിച്ച മാംസക്കഷ്ണങ്ങൾ അങ്ങിങ്ങായി കാണപ്പെട്ടു.

ഒടുവിൽ ഞാൻ അവന്റെ ചാരെ എത്തി. കടൽ പുഴയെ കാത്തിരിക്കുന്നതുപോലെ അവൻ കണ്ണിമ ചിമ്മാതെ എന്നെ ആ കുരിശിൽ കാത്തിരിപ്പുണ്ടായിരുന്നു. ചോര വാർന്നൊഴുകുമ്പോഴും അവൻ തിരഞ്ഞത് എന്നെയാണെന്ന് എനിക്കപ്പോൾ തോന്നി.

മിഴിപൂട്ടും മുമ്പേ എന്റെ പ്രാണപ്രിയനെ കാണാനായതിലുള്ള സന്തോഷം എനിക്ക് വിവരിക്കാൻ കഴിയുന്നതിനും അപ്പുറത്തായിരുന്നു. എന്റെ മനസ്സ് നീ വായിച്ചറിഞ്ഞുവോ? നിന്നെ കാണുമ്പോൾ പറയാൻ കരുതിവെച്ചത് മുഴുവൻ ഇപ്പോൾ മറന്നുപോയിരിക്കുന്നു. എല്ലാം പൂർത്തിയായെന്ന് പറയുന്നതിന് മുൻപ് നീ ഒരിക്കൽ കൂടി എന്നെ നോക്കി. ആ നോട്ടത്തിൽ എന്റെ യാത്രകൾ സഫലമാവുകയായിരുന്നു. എന്റെ വേദനകൾ നീ ഒപ്പിയെടുക്കുകയായിരുന്നു.

ഞാൻ എന്ന പുഴ ഇപ്പോൾ എന്റെ പ്രാണപ്രിയന്റെ കടലിൽ അലിഞ്ഞുചേർന്നിരിക്കുന്നു.

■

നന്ദി

എല്ലാ അലച്ചിലുകളും ഒരിക്കൽ
അവസാനിക്കുമെന്ന ശ്രേഷ്ഠപാഠം
പഠിപ്പിച്ചുതന്ന ജീവിതസഹനങ്ങൾക്ക്...

കടൽത്തിരമാലകൾ കണ്ടു ഭയക്കരുതെന്ന്
ഉപദേശിച്ചുകൊണ്ടിരിക്കുന്ന
എന്റെ പ്രിയ മാതാപിതാക്കൾക്ക്...

പുത്രവാത്സല്യത്തോടെ ചേർത്തുപിടിക്കുന്ന
അഭിവന്ദ്യപിതാക്കന്മാരായ
മാർ ആൻഡ്രൂസ് താഴത്ത് പിതാവിന്,
മാർ ടോണി നീലങ്കാവിൽ പിതാവിന്,
പ്രത്യേകിച്ച് തൂങ്കുഴിപിതാവിന്...

വാക്കുകൾകൊണ്ടും ജീവിതംകൊണ്ടും
എന്നെ ഏറെ വിസ്മയിപ്പിച്ചുകൊണ്ടിരിക്കുന്ന
റവ. ഡോ. ലോറൻസ് തൈക്കാട്ടിലച്ചന്...
റവ. ഫാ. ലിജോ ചിറ്റിലപ്പിള്ളിക്ക്,
റവ. ഫാ. പ്രതീഷ് കല്ലറക്കലിന്,
ശ്രീ. ഷൗക്കത്തിന്, വിനായക് നിർമ്മലിന്...
ചിത്രങ്ങളെ ജീവിതഗന്ധിയാക്കി
മാറ്റുന്ന സുനിലച്ചന്റെ വരകൾക്ക്...

ഈ നോവൽ രചനയിലും എന്നെ ഏറെ
സഹായിച്ച സിസ്റ്റർ റീന പൊറത്തൂരിന്,
സിസ്റ്റർ ലിസ ടോമിന്, മോളി മിസ്സിന്, ജോൺസൺ

തല്ലൂരിന്, അജോന്, ലെക്സിക്ക്, ഹിമയ്ക്ക്,
വാക്കുകളിൽ മനുഷ്യത്വത്തിന്റെയും
സാഹിത്യത്തിന്റെയും ഗന്ധം സൂക്ഷിക്കുന്ന
ശോഭ മാഡത്തിന്...
പിന്നെ അകലങ്ങളിൽ ഇരുന്ന്
എന്നെ സ്നേഹിക്കുന്ന നിനക്ക്...

എല്ലാ പുഴകളും കടലിൽ എത്തിച്ചേരുന്നുണ്ടാവുമോ?

കടൽ കാത്തിരിക്കുന്നു പുഴയെ എന്ന കുറിപ്പുകളിലൂടെ കടന്നുപോയപ്പോൾ മനസ്സിലേക്ക് ആദ്യം കടന്നുവന്ന ചിന്ത അതാണ്. പുഴകളുടെ നൈസർഗ്ഗികമായ ഒഴുക്കിനെ പോലും വഴി തിരിച്ചുവിടാൻ കഴിയുമെന്ന ചില അറിവുകൾ കൊണ്ടുമാത്രമല്ല അത്തരമൊരു ചിന്ത മനസ്സിലേക്ക് വന്നത്. ദൈവമെന്ന കടലും പുഴയെന്ന മനുഷ്യനും തമ്മിൽ ബന്ധിപ്പിച്ചു ചിന്തിച്ചതുകൊണ്ടു കൂടിയാണ്.

ഓരോ മനുഷ്യനും ഓരോ പുഴകളാണ്. ഒരിക്കൽ നിറഞ്ഞും കവിഞ്ഞും പിന്നെയൊരിക്കൽ മെല്ലിഞ്ഞും പിന്നെയൊരിക്കൽ വളഞ്ഞും വീണ്ടുമൊരിക്കൽ വറ്റിയുമൊക്കെ ഒഴുകുന്ന പുഴ, പക്ഷേ പുഴയുടെ ലക്ഷ്യം കടൽതന്നെയാണ്. പുഴ ഉത്ഭവിച്ചതുതന്നെ കടലിൽ ചേരാൻ വേണ്ടിയാണ്. അതുകൊണ്ടുതന്നെ കടലിന് കാത്തിരിക്കാതിരിക്കാനുമാവില്ല പുഴയെ.

എത്രയെത്ര പുഴകളെ കാത്തിരിക്കുന്ന വലിയൊരു മനസ്സാണ് കടലിന്റേത്. കടൽ എന്ന ദൈവത്തിൽ വിലയം പ്രാപിക്കാതെ ഒരു പുഴയും ശാന്തമാകുന്നില്ല. ദൈവമേ, നിന്നിൽ ലയിക്കുവോളം ഞാൻ അസ്വസ്ഥനായിരിക്കും എന്നെല്ലാമുള്ള ചില വിശുദ്ധമൊഴികൾ മനുഷ്യന്റെ എന്നത്തെയും അടങ്ങാത്ത ചില ലക്ഷ്യങ്ങളുടേയും ദാഹങ്ങളുടേയും സാധൂകരണം തന്നെയായിരുന്നു.

സൂര്യകാന്തി സൂര്യനെ നോക്കുന്നതുപോലെ ദൈവാഭിമുഖ്യമുള്ളവനാണ് ഓരോ മനുഷ്യനും. ഏതിലൊക്കെ അവൻ അഭിരമിക്കുമ്പോഴും അവന് ദൈവത്തെ നോക്കാതിരിക്കാനാവില്ല. ദൈവത്തിലേക്ക് തിരിയാതിരിക്കാനുമാവില്ല. ദൈവാന്വേ

ഷണത്തിന്റെ വഴിയിലൂടെ സഞ്ചരിക്കുന്ന ഒരു മനസ്സിന്റെ സംത്രാസങ്ങളും സന്ദേഹങ്ങളും പ്രയാണങ്ങളും കൂടിചേർന്ന ഒരു മനോഹരകൃതിയാണ് ഇത്. നോവൽ, ചെറുകഥ, ലേഖനം, കവിത എന്നെല്ലാമുള്ള സാഹിത്യരൂപങ്ങളിൽ ഏതുഗണ ത്തിൽപെടുത്തണം എന്നു ചോദിച്ചാൽ നിയതമായ അത്തരം രൂപങ്ങളെയെല്ലാം വെല്ലുവിളിച്ചുകൊണ്ടുള്ളതാണ് ഈ രചന യെന്ന് പറയാം. ഓരോ വരിയിലും കവിതയുണ്ട്. ഭാഷയിൽ സുഗന്ധവുമുണ്ട്. സ്റ്റാഴ്സൺ കള്ളിക്കാടന്റെ എല്ലാ കൃതി കൾക്കും പൊതുവായുള്ള ഗുണം കൂടിയാണ് അത്. എങ്കിലും അത്തരം തനിമ ഇതിൽ ഇത്തിരി കൂടുതലുണ്ടെന്ന് വേണം പറയാൻ.

ഖലീൽജിബ്രാന്റെ മനുഷ്യപുത്രനായ ക്രിസ്തുവിനെ യൊക്കെ എവിടെയെല്ലാമോ ഈ കൃതി ഓർമ്മിപ്പിക്കുന്നുണ്ട്. ചിന്തകൾ കൊണ്ടും ഭാവതലങ്ങൾകൊണ്ടും ലെബനോൻ കുന്നുകളിലൂടെ നാം കടന്നുപോകുന്നുമുണ്ട്. ക്രൈസ്തവ പരി പ്രേഷ്യത്തിലാണെന്ന് വ്യക്തമാണങ്കിലും ഏതൊരാളുടേയും ദൈവാന്വേഷണത്തിന്റെ മുദ്രകളെയാണ് ഈ കൃതി അടയാള പ്പെടുത്തിയിരിക്കുന്നത്. ഏതു കാലമെന്നോ ഏതു സ്ഥലരാശി യെന്നോ നിജപ്പെടുത്താൻ കഴിയില്ലെങ്കിലും സാർവ്വകാലിക മായ ഒരു ഭാവവും തലവും ഈ കുറിപ്പുകൾക്കുണ്ട് എന്ന് പറ യാതിരിക്കാനാവില്ല.

ദൈവത്തെ നാം കണ്ടെത്തുന്നത് എവിടെ, എങ്ങനെയാണ് എന്ന് നമുക്ക് മേഘങ്ങളിൽ നിന്നുപോലും വായിച്ചെടുക്കാനാ വില്ല. പക്ഷേ എന്നിട്ടും അവിടുത്തെ അന്വേഷിക്കുന്നവന് അവി ടുന്ന് വെളിപ്പെടാതെ പോകുന്നില്ല. ഈ കൃതിയിലൂടെ ഓരോ വായനക്കാരും ഓരോ ദൈവന്വേഷകനായി മാറുന്നുണ്ട്. അത്തര മൊരു ദൈവാന്വേഷണത്തിന്റെ ഇടുങ്ങിയ വഴിയിലൂടെ സഞ്ച രിക്കാൻ അവസരം നല്കിയതിന് പ്രിയ എഴുത്തുകാരാ, താങ്കൾക്ക് നന്ദി. പുഴ പോലെ ഒഴുകട്ടെ താങ്കളുടെ എഴുത്തു കൾ. ഓരോരോ തീരങ്ങളിൽ നിൽക്കുന്നവരെയെല്ലാം നനച്ചു കൊണ്ട്. ഒരിക്കൽ ഞാനാകുന്ന പുഴയും നീയാകുന്ന പുഴയും കടലിൽ ഒന്നാകുന്ന നിമിഷത്തിനുവേണ്ടി പ്രാർത്ഥനയോടെ നമുക്ക് കാത്തിരിക്കാം. അതുവരേക്കും വിട.

അഭിനന്ദനങ്ങൾ... ആശംസകൾ...

വിനായക് നിർമ്മൽ